അയിരൂർ രാമൻപിള്ള

പത്തനംതിട്ട ജില്ലയിൽ അയിരൂർ പനച്ചിക്കൽ നാരായണിയമ്മയുടെയും കുമ്പളപ്പള്ളിൽ കൃഷ്ണപിള്ളയുടെയും തൃതീയ പുത്രനായി പിതൃഗൃഹമായ കുമ്പളപ്പള്ളിൽ 1074 കുംഭം 5 നു അശ്വതി നക്ഷത്രത്തിൽ ജനനം. ചെറുപ്പത്തിൽ തന്നെ മാതൃഭാഷയിൽ പാണ്ഡിത്യം സമ്പാദിച്ച ശേഷം സ്വപ്രയത്നം കൊണ്ട് സംസ്കൃത ഭാഷയുമഭ്യസിച്ചു. ആയുർവേദം, ജ്യോതിഷം, തച്ചുശാസ്ത്രം, വേദാന്തം ആദിയായ ഭാരതീയ ശാസ്ത്രങ്ങളും സാമാന്യമായി പഠിച്ചു.39 വയസ്സുവരെ ബ്രഹ്മചര്യാശ്രമത്തിൽ കഴിഞ്ഞ ശേഷം ഗൃഹസ്ഥാശ്രമത്തിൽ പ്രവേശിച്ചു. ഒരു പുത്രനും മൂന്നു പുത്രിമാരും സന്താനങ്ങൾ. സ്കൂൾ പ്രഥമാധ്യാപകനായി സേവനമനുഷ്ഠിച്ച അദ്ദേഹം 47 വർഷക്കാലം അയിരൂർ എസ് എസ് വി ഗ്രന്ഥശാലയുടെ സ്ഥാപക സെക്രട്ടറിയായി പ്രവർത്തിച്ചുകൊണ്ട് അയിരൂരിനെ ഒരു സാംസ്കാരിക കേന്ദ്രമാക്കുന്നതിൽ നിസ്തുലമായ പങ്ക് വഹിച്ചു. അമ്പലപ്പുഴ സമ്മേളനത്തിൽ പങ്കെടുത്തുകൊണ്ട് പ്രസ്തുത വായനശാലയെ ഏഴാം നമ്പർ വായനശാലയാക്കി ഉയർത്തിയതിൽ അദ്ദേഹം വഹിച്ചപങ്ക് എടുത്തു പറയേണ്ടതാണ്.

നിരവധി വർഷങ്ങളോളം കഠിന പ്രയത്നം ചെയ്തു ഇംഗ്ലീഷിലെ എൻസൈക്ലോപീഡിയ രൂപത്തിൽ ഒരു വിജ്ഞാന കോശം എഴുതിയുണ്ടാക്കി 1107 ൽ എറണാകുളത്തു വെച്ചു നടന്ന സാഹിത്യ പരിഷത്തിൽ പ്രദർശിപ്പിച്ചു വിദ്വൽ പ്രശംസക്കും പരിഷത്തിന്റെ അഭിനന്ദനപത്രത്തിനും പാത്രീഭൂതനായി.

പ്രേമാമൃത നിരൂപണം, നെടുമ്പായിലാശാൻ, കോയിപ്പുറത്തു പണിക്കർ, ചേലപ്പറമ്പ് നമ്പൂതിരി, അയിരൂർ പുതിയകാവ് ഭഗവതി ക്ഷേത്രം, ഭാഷാ ന്യായാഞ്ജലി, അപ്പൻ തമ്പുരാനും കല്പദ്രുമവും, പുരാണ പ്രസിദ്ധമായ ഡൽഹി നഗരം, വിദ്യാലയങ്ങളും സന്മാർഗഅഭ്യസനവും, അദ്ധ്യാപനവും ഫലിതവും, തുള്ളൽ കഥകളിലെ അപ്രകാശിത ഭാഗങ്ങൾ എന്നിത്യാദി പല ലേഖനങ്ങളും വിദ്യാഭിവർദ്ധിനി, സാഹിത്യ പരിഷത്ത് വകമാസിക, ഭാഷാ പോഷിണി, മനോരമ ആഴ്ചപതിപ്പ്, മലയാളരാജ്യം എന്നീ പത്രങ്ങളിലും മാസികകളിലുമായി പ്രസിദ്ധം ചെയ്തു യശസ്സ് സമാർജിച്ചിട്ടുള്ള വ്യക്തിയാണ് അയിരൂർ എൻ രാമൻപിള്ള.

കേരള ഭാഷാ കല്പദ്രുമം നിഘണ്ടു, വിക്രമചെമ്പകം, സാഹിത്യസപര്യ, കടം കഥാ മാലിക, കരുണാവർഷം, സിംഹമുദ്രാ കങ്കണം, ദത്താത്രേയ തന്ത്രം, ഭാഷാ വ്യാഖ്യാനം, കൃഷ്ണലീല വഞ്ചിപ്പാട്ട്, നാളചരിതം വഞ്ചിപ്പാട്ട്, ഹരിശ്ചന്ദ്ര ചരിതം, ഗൃഹമിത്രം, സ്വപ്നശാസ്ത്ര നിഘണ്ടു തുടങ്ങിയ നിരവധി കൃതികളുടെ കർത്താവായ അദ്ദേഹം 1982 ൽ തന്റെ 82 ആം വയസ്സിൽ നിര്യാതനായി. ഭാഷാ കല്പദ്രുമത്തിനു കേരള സാഹിത്യ അക്കാദമി അവാർഡും അപ്പൻ തമ്പുരാനിൽ നിന്ന് പ്രശംസാ പത്രവും ലഭിച്ചിട്ടുണ്ട്.

Malayalam Language
Swapna Sasthra Nikhandu
(Non-Fiction)
by
Ayirur Ramanpilla
♦
Published in December 2022
by Kairali Books Private Limited
Thalikkavu Road, Kannur.
Ph : 0497-2761200
E-Mail : kairalibooksknr@gmail.com
♦
Cover Design
Prasanth Mangad

Price ₹: 250.00
88/22-23/Sl.No.1396/300/NS 18.6
ISBN 978-93-94472-41-9

സ്വപ്നശാസ്ത്രനിഘണ്ടു

അയിരൂർ രാമൻപിള്ള

കൈരളി ബുക്സ്

ആമുഖം

ഇത് ഒരു നിയോഗമാണ്... സുന്ദരസ്വപ്നം പൂർത്തീകരിക്കാൻ ലഭിച്ച നിയോഗം...

അരനൂറ്റാണ്ടിനുശേഷം അച്ചടിമഷി പുരളാൻ വിധിക്കപ്പെട്ട അക്ഷരക്കുഞ്ഞുങ്ങൾ...

അയിരൂർ പനമ്പക്കൽ പുത്തൻവീട്ടിലേക്ക് അയിരൂർ രാമൻപിള്ളയുടെ ചെറുമകന്റെ ഭാര്യയായി എത്തിയ എന്നിലൂടെ തന്റെ സ്വപ്ന നിമിഷങ്ങൾക്ക് ജീവൻവെച്ചതു കാണുമ്പോൾ നിത്യതയിലിരുന്ന് ആ ആത്മാവ് പുഞ്ചിരിക്കുന്നുണ്ടാകാം.

ഒരു ഗ്രാമത്തിൽ അക്ഷരവെളിച്ചം വിതറിയ അദ്ധ്യാപകനും സാഹിത്യകാരനുമായിരുന്നു അയിരൂർ രാമൻപിള്ള. തന്റെ മനസ്സും ശരീരവും വായനയെ പ്രോത്സാഹിപ്പിക്കുവാൻ ഉഴിഞ്ഞുവെച്ച ആ മനുഷ്യസ്നേഹി അയിരൂരിന്റെ അഭിമാനമായി ഗ്രാമവാസികളിൽ നിറഞ്ഞുനിൽക്കുന്നു. മലയാളത്തിന്റെ ഭാഗ്യമെന്ന് വിശേഷിപ്പിക്കാവുന്ന നിരവധി മഹാരഥന്മാർ നിത്യസന്ദർശകരായിരുന്നു അയിരൂരിലെ രാമൻപിള്ളയുടെ ഭവനത്തിൽ. ശൂരനാട് കുഞ്ഞൻപിള്ള, തകഴി, പവനൻ, കടമ്മനിട്ട രാമകൃഷ്ണൻ എന്നിവർ അവരിൽ ചിലർ മാത്രം. ഉള്ളൂർ, അപ്പൻ തമ്പുരാൻ, ആറ്റൂർ കൃഷ്ണപിഷാരടി, പുത്തൻകാവ് മാത്തൻ തരകൻ എന്നിവരുമായുള്ള അടുപ്പത്തിനു സാക്ഷികളായി അവരുടെ കൈപ്പടയിലെഴുതിയ നിരവധി കത്തുകൾ ഇന്നും അയിരൂരിലെ ഭവനത്തിൽ സൂക്ഷിക്കുന്നു. പ്രധാനമന്ത്രിയുടെ പ്രിൻസിപ്പൽ സെക്രട്ടറിയായിരുന്ന ടി.കെ.ജി. നായരുൾപ്പെടെ നിരവധി പ്രമുഖർ അദ്ദേഹത്തിന്റെ ശിഷ്യഗണത്തിൽപ്പെടുന്നു.

നോവലുകൾ, നിരൂപണങ്ങൾ, വഞ്ചിപ്പാട്ടുകൾ, കടങ്കഥാമാലിക എന്നിങ്ങനെ നിരവധി വിഭാഗത്തിൽപെടുന്ന കൃതികൾ അദ്ദേഹത്തിന്റേതായിട്ടുണ്ട്. ജ്യോതിഷത്തിലും വാസ്തുവിദ്യയിലും ആയുർവേദത്തിലും പാണ്ഡിത്യമുണ്ടായിരുന്ന ഇദ്ദേഹം തന്റെ പുസ്തകശേഖരം നാട്ടുകാർക്ക് വായിക്കുവാൻ വിട്ടുനൽകുകയും അയിരൂരിന്റെ സാംസ്കാരികകേന്ദ്രമായി എസ്.എസ്.വി. ഗ്രന്ഥശാല എന്ന പേരിൽ

ഒരു വായനശാല സ്ഥാപിക്കുകയും ചെയ്തു. 18 വർഷത്തെ ഗവേഷണ ഫലമായി അദ്ദേഹം രചിച്ച 'കേരള ഭാഷാ കല്പദ്രുമം' എന്ന കൃതിക്ക് കേരള സാഹിത്യ അക്കാദമി പുരസ്കാരം നൽകി അദ്ദേഹത്തെ ആദരിച്ചു.

കേട്ടറിവുകളും നാട്ടറിവുകളും ശേഖരിച്ചുവച്ചതാണ് അയിരൂർ രാമൻപിള്ളയുടെ 'സ്വപ്നശാസ്ത്രനിഘണ്ടു'. സ്വപ്നവും സ്വപ്നഫലങ്ങളും വിവരിച്ചിരിക്കുന്ന ഈ പുസ്തകം കൗതുകകരമായ ഒരന്വേഷണത്തിന്റെ ഉല്പന്നമാണെന്നു പറയാം. സ്വപ്നാന്വേഷികൾക്ക് - സ്വപ്നഫലാന്വേഷികൾക്ക് - കൈയിൽ കരുതാൻ പറ്റിയ ഒരു സ്വപ്നക്കൂട്. അകാരാദിക്രമത്തിൽ സ്വപ്നവിശദീകരണങ്ങളും സാന്ദർഭികമായി വേറിട്ട വ്യാഖ്യാനങ്ങളും നടത്തിയിരിക്കുന്നു.

മഹാഭാരതത്തിലെ ഭീഷ്മരുടെ വാക്യമിങ്ങനെ:

മുഹൂർത്തം ജ്വലിതം ശ്രേയോ/
നതുധൂമായിതം ചിരം:

(ഒരു നിമിഷമെങ്കിലും ആളിപ്പടരുന്ന ജീവിതമാണ് ശ്രേയസ്കരം. അല്ലാതെ എന്നെന്നും നീറിപ്പുകയുന്നതല്ല)

ഓരോ നിമിഷവും എഴുത്തിലൂടെയും വായനയിലൂടെയും ജീവിതത്തിൽ ജ്വലിച്ചുനിന്ന ആ മഹാത്മാവിനുമുന്നിൽ കോടി പ്രണാമം...

ഡോ. ശ്രീവൃന്ദാനായർ. എൻ

സ്വപ്നശാസ്ത്രനിഘണ്ടു

മനസിനെ നിർവചനങ്ങൾക്കുള്ളിൽ നിബന്ധിക്കുവാൻ കഴിയുമോ എന്ന വിഷയം നിരന്തരം ചർച്ച ചെയ്യപ്പെടുന്നു. മനസ് ഒരു സങ്കീർണ്ണ പ്രതിഭാസമാണെന്നും അതിനു മൂന്നു തലങ്ങൾ ഉണ്ടെന്നും ആസ്ട്രിയക്കാരനായ സിഗ്മണ്ട് ഫ്രോയിഡ് തന്റെ മാനസിക വിശകലനസിദ്ധാന്തത്തിലൂടെ (Psycho Analysis Theory)സമർഥിച്ചത് ഏറെ ശ്രദ്ധേയമാണ്. ബോധമനസ്സ് (conscious mind), അബോധമനസ്സ് (unconscious mind), ഉപബോധമനസ്സ് (sub conscious mind)എന്നിവയാണവ.

മനസിന്റെ ഏറ്റവും പ്രധാന തലമായി കാണുന്നത് അബോധമനസ്സിനെയാണ്. ഒരു വ്യക്തിയുടെ അതൃപ്തമായ ആഗ്രഹങ്ങളും വേദനകൾ നിറഞ്ഞ അനുഭവങ്ങളും അബോധ മനസിലേക്ക് താഴ്ത്തപ്പെടുന്നു. നമ്മുടെ ചിന്തകൾ, അനുഭൂതികൾ ഇവയുടെ മേൽ അബോധമനസിന് വലിയ സ്വാധീനമാണുള്ളത്. അടിച്ചമർത്തപ്പെട്ട വികാരങ്ങളുടെയും അനുഭവങ്ങളുടെയും കലവറയാണ് അബോധമനസ്. ഇതുമായി താരതമ്യപ്പെടുത്താവുന്ന ഒന്നായി ഈഗോ (ego) യെ കാണാം. അടക്കിവെച്ചതിനെ സ്വപ്നങ്ങളിലൂടെയും സംസാരിക്കുമ്പോൾ സംഭവിക്കാറുള്ള നാവുപിഴകളിലൂടെയും ഇതു പുറത്തേക്കു കൊണ്ടുവരാം. അബോധത്തിലേക്കു നയിക്കുന്ന റോഡാണ് സ്വപ്നങ്ങൾ എന്ന് ഫ്രോയിഡ് എഴുതിയിട്ടുണ്ട്. അബോധമനസ് പ്രവർത്തിക്കുന്നത് എങ്ങനെയെന്നു മനസിലാക്കുന്ന ചുരുക്കം വഴികളിൽ ഒന്നാണ് സ്വപ്നങ്ങൾ എന്ന് പറയുമെങ്കിലും അതിനു കൃത്യമായ അർഥങ്ങൾ ഉണ്ടോ എന്ന് സംശയിക്കുന്നവരും ഇല്ലാതില്ല.

ജീവിതം എപ്പോഴും വിശ്വാസങ്ങളുമായി കെട്ടുപിണഞ്ഞു കിടക്കുന്നു. നാം അറിഞ്ഞതും അനുഭവിച്ചതുമായ മനസ്സിൽ ഊട്ടിയുറപ്പിക്കുക എന്നത് മനുഷ്യസഹജമാണ്. കാലക്രമേണ അത് നമ്മുടെ ജീവിതബോധത്തിന്റെ ഭാഗമായി മാറുന്നു. പരന്ന വായന ഉണ്ടായിരുന്ന അയിരൂർ രാമൻപിള്ള എന്ന ഗ്രന്ഥകാരനെ വിശ്വാവിഖ്യതനായ ഫ്രോയിഡിന്റെ പുസ്തകങ്ങൾ സ്വാധീനിച്ചിരിക്കാം. ജ്യോതിഷത്തിലും വാസ്തുവിദ്യയിലും ആയുർവേദത്തിലുമുള്ള പാണ്ഡിത്യം കൂടിചേർന്നപ്പോൾ 'സ്വപ്ന ശാസ്ത്ര നിഘണ്ടു' ഒരു അപൂർവ രചനയായി. അനുഭവങ്ങളുടെ

ചൂടും ചൂരും നിറഞ്ഞ വ്യാഖ്യാനങ്ങൾ ആ വിശ്വാസ സംഹിതക്കു മൂല ധനമായി. സ്വപ്നലോകത്തിനെ അക്ഷരമാലാ ക്രമത്തിൽ അടുക്കി സ്വപ്നദർശനത്തിലെ അർഥാന്തരങ്ങൾ വിശദീകരിക്കുകയാണ് ഈ പുസ്തകത്തിൽ.

ഈ പുസ്തകത്തിന്റെ കയ്യെഴുത്തു പ്രതി കണ്ടെടുക്കാൻ സഹായിച്ച ആറന്മുള ശ്രീ രംഗനാഥൻ സർ, അതിനു വാർത്താ പ്രാധാന്യം നൽകിയ മലയാള മനോരമ, പുസ്തകമാക്കി പ്രസിദ്ധീകരിക്കാൻ സന്മനസ്സ് കാണിച്ച കൈരളി ബുക്സ് എന്നിവരോടുള്ള സ്നേഹവും നന്ദിയും മനസ്സിൽ സൂക്ഷിക്കുന്നു.

ഡോ. ശ്രീവൃന്ദാനായർ എൻ

എൻ എസ് എസ് ട്രെയിനിങ് കോളേജ്, പന്തളം

അകിട്

പാൽ നിറഞ്ഞു നിൽക്കുന്ന പശുവിന്റെ അകിടു സ്വപ്നം കണ്ടാൽ അഭിവൃദ്ധികരമായ ലാഭം ഉണ്ടാകുന്നതാണ്.

അങ്കവസ്ത്രം

1. ചെളി പുരണ്ടതും ചവിണ്ടതുമായ തലേക്കെട്ട് (തലപ്പാവ്) ധരിച്ചിരിക്കുന്നതായ സ്വപ്നദർശനം പുതിയ വസ്ത്രലാഭത്തെ കാണിക്കുന്നു.

2. അങ്കവസ്ത്രം തയ്ച്ചുണ്ടാക്കുന്നതായി കണ്ടാൽ പുതിയ ഒരു പ്രണയജീവിതത്തിന് ഇടയാകുന്നതാണ്.

അഗ്നി

1. അഗ്നിയെ സ്വപ്നം കാണുന്നത് നല്ലതാണ്. കുടുംബസമാധാനത്തിന്റെ സൂചനയാണത്.

2 അഗ്നിയെ സ്വപ്നം കാണുകയാണെങ്കിൽ കോപതാപാദി ദുഃഖങ്ങൾ വർദ്ധിച്ചുകൊണ്ടിരിക്കും.

3. അഗ്നിയെ കൂട്ടുന്നതായി കണ്ടാൽ തെറ്റിദ്ധാരണ നീങ്ങും.

4. അഗ്നിയെ കെടുത്തുന്നതായി കണ്ടാൽ പ്രവർത്തനങ്ങൾക്കു വിജയം ഉണ്ടാകും.

5. രോഗികൾ പുകയില്ലാത്ത അഗ്നിയെ സ്വപ്നം കണ്ടാൽ അവർക്കു ധനവും ബന്ധുദർശനവും ലഭിക്കും.

അഗ്നികുണ്ഡം

മേലോട്ടു പുകയോടു കത്തിയെരിഞ്ഞ് ജ്വാലയായി ഉയർന്നുകൊണ്ടിരിക്കുന്ന അഗ്നിയെ സ്വപ്നം കണ്ടാൽ അനിഷ്ടഫലമാണ്. മനസ്സിന് ദുഃഖകരമായ വാർത്തകൾ കേൾപ്പാനിടയാകും.

അഗ്നിബാധ

1. ധൂമപടലങ്ങൾ പൊങ്ങിയും തീപ്പൊരികൾ പറന്നും വീടുകത്തി എരിഞ്ഞു ചാരമാകുന്നതായി സ്വപ്നം കണ്ടാൽ അനിഷ്ടഫലവും, നാശകാലവുമായിരിക്കും.

2. അടുക്കള തീപിടിക്കുന്നതായി സ്വപ്നം കണ്ടാൽ അടുക്കളക്കാരനും അതിൽ ജോലി ചെയ്യുന്നവർക്കും രോഗപീഡ സമീപസ്ഥ

മാണ്.
3. വീടിന്റെ മേൽപ്പുരയ്ക്ക് തീപിടിക്കുന്നതായി കണ്ടാൽ തന്റെ വാഹനങ്ങൾ കള്ളന്മാർ മോഷ്ടിച്ചുകൊണ്ടുപോകാൻ ഇടയാകും. അല്ലെങ്കിൽ സ്നേഹിതന്മാരുടെ മരണത്തിനിടയാകും.
4. ഗൃഹത്തിന്റെ വാതിൽ, കതകുകൾ തീപിടിച്ചിരിക്കുന്നതായി കണ്ടാൽ തനിക്കോ മേലധികാരികൾക്കോ ആപത്തുണ്ടാകും.
5. ഗൃഹത്തിന്റെ പുറകുവശത്ത് അഗ്നിബാധയുണ്ടായതായി കണ്ടാൽ ബന്ധുവർഗ്ഗത്തിൽപെട്ട സ്ത്രീകളിൽ ആർക്കെങ്കിലും മരണം അടുത്തിരിക്കുന്നുവെന്നറിയുക.
6. ഗൃഹത്തിന്റെ പടിപ്പുര കതകുകളോ ജനാലക്കതകുകളോ വെന്തെരിയുന്നതായി കണ്ടാൽ ബന്ധുജനങ്ങളിൽ ഉള്ള പുരുഷന്മാർ ആരെങ്കിലും താമസംവിനാ മരിക്കും.
7. ബന്തർ, കട്ടിൽ. കച്ചേരിച്ചാവടി ഇവയ്ക്കു അഗ്നിബാധയുണ്ടായി വെന്തെരിഞ്ഞുപോകുന്നതായി സ്വപ്നം കണ്ടാൽ പുത്രന്മാർ ദുർമ്മാർഗ്ഗികളായി നശിച്ചുപോകും. മേൽപറഞ്ഞവയുടെ തൂണുകൾ വെന്തെരിയാതെ മറ്റുഭാഗങ്ങൾ എരിയുന്നതായി കണ്ടാൽ പുത്രന്മാർ പ്രബലരായിതീരും.
(തീപിടുത്തം എന്നതും നോക്കുക)

അങ്ങാടി

കച്ചവടപ്പീടികകൾ വരിവരിയായുള്ള സ്ഥലത്ത് എത്തിയതായി സ്വപ്നം കാണുന്നത് സൗഭാഗ്യകരമാണ്. അവിടെനിന്നും എന്തെങ്കിലും സാധനങ്ങൾ വാങ്ങിയതായി കണ്ടാൽ തുടർച്ചയായ അഭിവൃദ്ധിയും മേൽഗതിയും ഉണ്ടാകുന്നതാണ്.

അച്ചടിശാല

കടലാസ് അച്ചടിക്കുന്ന അച്ചുകുടം സ്വപ്നം കണ്ടാൽ ഒരു വർഷത്തിനകം അത്ഭുതകരമായ പല കാഴ്ചകൾ കാണാനിടയാകും.

അച്ചന്മാർ (പുരോഹിതന്മാർ)

ശവത്തിന്റെ മുമ്പിൽ പാട്ടുപാടി പോകുന്നതായി സ്വപ്നം കണ്ടാൽ ശരീരസുഖവും സൽക്കീർത്തിയും ഉണ്ടാകുന്നതാണ്.

അച്ചാർ

ഉപ്പിലിട്ട ഏതുതരം അച്ചാറുകളും ഭക്ഷിക്കുന്നതായി സ്വപ്നം കണ്ടാൽ വിദേശത്തു താമസിക്കുന്ന സ്നേഹിതന്മാർക്ക് മരണഭയമുണ്ടാകുന്നതാണ്.

അച്ചുതണ്ട്

വണ്ടിയുടെ അച്ചുതണ്ട് സ്വപ്നം കണ്ടാൽ മനസ്സമാധാനവും സംതൃ

പ്തിയും ഉണ്ടാകുന്നതാണ്.

അച്ഛനമ്മമാർ

അച്ഛനെയും അമ്മയേയും ഒരുമിച്ചു സ്വപ്നം കണ്ടാൽ ശുഭശകുന ങ്ങൾക്കും അവയുടെ ഫലങ്ങൾക്കും ഏറ്റവും മെച്ചമുണ്ടാകും.

അച്ഛൻ

അച്ഛനെ സ്വപ്നം കാണുന്നത് എല്ലാംകൊണ്ടും ശുഭകരമായിട്ടു ള്ളതാണ്. എല്ലാ പ്രവൃത്തികളിലും വിജയമുണ്ടാകും.

അജീർണ്ണം

തനിക്ക് അജീർണ്ണം - ദഹനക്കേട് - ഉണ്ടായതായി സ്വപ്നം കണ്ടാൽ ഒട്ടുവളരെ നിർഭാഗ്യകരമായ പ്രതിബന്ധങ്ങളെ തരണം ചെയ്യേണ്ടിവരും.

അജ്ഞത

തന്റെ അറിവില്ലായ്മയെപ്പറ്റി സ്വപ്നം കണ്ടാൽ ശീലഗുണവും അറിവും സമ്പാദിക്കാനിടയാകും.

അഞ്ച്

ഏതെങ്കിലും അഞ്ച് വസ്തുക്കളെ സ്വപ്നം കണ്ടാൽ അരുമയായ ശിശുക്കളെ താലോലിക്കാനിടയാകും.

അഞ്ജനക്കല്ല്

അഞ്ജനക്കല്ലിനെ സ്വപ്നം കണ്ടാൽ ബന്ധുക്കളിൽ ഒരാളിന്റെ മരണം നിമിത്തം ഒരു വലിയ സ്വത്തിന്റെ അവകാശിയായിത്തീരും.

അടകല്ല്

1. തട്ടാന്മാരുടെ അടകല്ലിനെ സ്വപ്നം കണ്ടാൽ ദീർഘായുസ്സ് ഉണ്ടാ കുന്നതും അന്യരുടെ പ്രശംസക്ക് പാത്രമായിത്തീരുന്നതുമാണ്.

2. കൊല്ലനെ അവന്റെ ആലയുടെ അടകല്ലിനടുത്ത് സ്വപ്നം കണ്ടാൽ ആരോഗ്യവും ജോലിയിൽ വിജയവും സർവ്വാഭീഷ്ടസി ദ്ധിയും ഉണ്ടാകുന്നതാണ്.

അടയ്ക്കാക്കുരുവി

അടയ്ക്കാക്കുരുവി മുതലായ ചെറുകിളികളെ സ്വപ്നം കണ്ടാൽ നിശ്ചയമായും ദൂരയാത്രക്കിടയാകും.

അടി

1. ഒരുവൻ തന്നെ അടിച്ചുവെന്ന് സ്വപ്നം കണ്ടാൽ ശത്രുക്കളില്ലാതെ സർവ്വരും, സ്നേഹിതന്മാരായി ഭവിക്കും.

2. ഒരുത്തനെ താൻ അടിക്കുന്നതായി കണ്ടാൽ അന്യരുടെ പ്രശം

സയ്ക്ക് താൻ പാത്രമായിത്തീരും.

അടുക്കിവയ്ക്കുക

1. നിങ്ങളുടെ വസ്ത്രങ്ങളും മറ്റും പെട്ടിയിലോ മറ്റുവിധത്തിലോ അടുക്കിവയ്ക്കുന്നതായി സ്വപ്നം കണ്ടാൽ ഒരുപക്ഷേ ദൂരയാത്ര ചെയ്യേണ്ടിവരും.

2. അടുക്കിൽനിന്നും സാധനങ്ങൾ പുറത്തേക്കെടുക്കുന്നതായിട്ടാണ് കാണുന്നതെങ്കിൽ നിങ്ങളാശിച്ച സ്ഥലത്തേക്കോ മറ്റു സ്ഥലത്തേക്കോ പോകേണ്ടതായിവരും.

അടുപ്പ്

അടുപ്പ് സ്വപ്നം കാണുന്നത് വിജയകരമാണ്. ചുടുന്ന അപ്പം കരിഞ്ഞതായി കണ്ടാൽ കലഹങ്ങളും നഷ്ടവും അസൂയാലുക്കളായ സ്നേഹിതന്മാർ മൂലം തെറ്റിദ്ധാരണകളും ഉണ്ടാകും.

അട്ട

അട്ടകൾതന്റെ ഗൃഹത്തിലേക്കു പോയ്ക്കൊണ്ടിരിക്കുന്നതായ സ്വപ്നം കാര്യജയത്തേയും വീട്ടിൽ കടന്നിരിക്കുന്നതായി കണ്ടാൽ അനിഷ്ടഫലവും തന്റെ ചുറ്റും കൂടിക്കിടക്കുന്നതായോ കെട്ടുപെട്ടിരിക്കുന്നതായോ കണ്ടാൽ രോഗപീഡയോ ജയിൽവാസമോ ഭവിപ്പാനിടയാകുന്നതും അട്ടയെ അടിക്കുന്നതായി കണ്ടാൽ ശത്രുജയവും ഉണ്ടാകും.

അതിവർഷം

അവിവാഹിതൻ അതിവർഷത്തെ സ്വപ്നം കണ്ടാൽ ഉടനെ വിവാഹം നടക്കും. ഭാര്യഭർത്തൃസുഖം അനുഭവിച്ച് സന്താനസമ്പൽസമൃദ്ധിയോടുകൂടി ദീർഘകാലം ജീവിക്കുകയും ചെയ്യും.

അത്തിപ്പഴം

അത്തിപ്പഴം തിന്നുന്നതായി സ്വപ്നം കണ്ടാൽ സന്തോഷകരങ്ങളായ സംരംഭങ്ങളിൽ ഇടപെടും.

അധിക്ഷേപം

ആരോ നിങ്ങളെ അധിക്ഷേപിച്ചതായി സ്വപ്നം കണ്ടാൽ നിങ്ങൾ ഏർപ്പെട്ടിട്ടുള്ള വ്യാപാരം അഭിവൃദ്ധിയെ പ്രാപിക്കും.

അനാഥക്കുട്ടി

ഒരു അനാഥക്കുട്ടിയെ വളർത്തുന്നതായി സ്വപ്നം കണ്ടാൽ ഏർപ്പെട്ടിട്ടുള്ള വ്യാപാരം അഭിവൃദ്ധിയെ പ്രാപിക്കും.

അനാഥമന്ദിരം

ഒരു അനാഥമന്ദിരം സന്ദർശിച്ചതായി സ്വപ്നം കണ്ടാൽ സന്തോ

ഷകരമായ വാർത്ത കേൾക്കാനിടയാകും.

അനാഥാവസ്ഥ

നിങ്ങൾ നിസ്സഹായാവസ്ഥയിൽ ആണെന്നു സ്വപ്നം കണ്ടാൽ വമ്പിച്ച ധനലാഭം നിങ്ങൾക്കുണ്ടാകും. സ്നേഹിതന്മാരുടെയും കുടുംബാംഗങ്ങളുടെയും സ്നേഹം ഉണ്ടാകും.

അനുവാദം

സ്നേഹിതന്മാരോട് അനുവാദം വാങ്ങി പിരിഞ്ഞതായി സ്വപ്നം കണ്ടാൽ ദുരഭ്യഷ്ടവും രോഗവും തനിക്കു സമീപിച്ചിരിക്കുന്നതായി വിചാരിക്കണം.

അന്തപ്പുരം

ഒരു അന്തപ്പുരത്തിൽ നിങ്ങൾ പ്രവേശിച്ചതായി സ്വപ്നം കണ്ടാൽ ഒട്ടും താമസിയാതെ ഒരു ദേശസഞ്ചാരത്തിനിടയാകും.

അന്ധന്മാർ

1. പൊട്ടക്കണ്ണന്മാരെ സ്വപ്നം കണ്ടാൽ സ്നേഹിതന്മാർ നിങ്ങളുടെ സഹായം ആവശ്യപ്പെടും.

2. താൻ കുരുടനായിപ്പോയി എന്ന സ്വപ്നം വ്യാപാരം, ഉദ്യോഗം എന്നിതുകളിൽ നാശത്തെ സൂചിപ്പിക്കുന്നു.

അമ്പും വില്ലും

1. താൻ ഒരു ലക്ഷ്യത്തിൽ അമ്പ് എയ്ത് കൊള്ളിക്കുന്നുവെന്ന് സ്വപ്നം കണ്ടാൽ സ്വന്തം അഭിപ്രായവും തീരുമാനവും അനുസരിച്ച് പ്രവർത്തിച്ച് സർവ്വകാര്യങ്ങളിലും വിജയം വരിക്കും.

2. ഒരു വീട്ടുമൃഗത്തെ എയ്യുന്നതായി സ്വപ്നം കണ്ടാൽ വിചാരിച്ചിരിക്കാത്ത ശുഭവാർത്തകൾ കേൾക്കാനിടയാകും. കാട്ടുമൃഗമായാൽ ഉദ്യോഗക്കയറ്റവും ലഭിക്കും.

അന്യദേശരാജാക്കന്മാർ

ഇവരെ സ്വപ്നം കണ്ടാൽ ഭോജനസുഖവും നൂതനവസ്തുലാഭവും മറ്റും അനുഭവങ്ങളുണ്ടാകും.

അപകടം

1. വാഹനം നിമിത്തം അപകടം സംഭവിച്ചതായി സ്വപ്നം കണ്ടാൽ തല്ക്കാലമോ ഒരിക്കലുമോ യാതൊരു വാഹനത്തിലും കയറാതിരിക്കുന്നതാണ് ഉത്തമം.

2. വല്ലവിധത്തിലും മുറിവേറ്റതായി കണ്ടാൽ കത്തികളോ മൂർച്ചയുള്ള മറ്റ് ആയുധങ്ങളോ കൈകാര്യം ചെയ്യാതിരിക്കുന്നതു

ഉത്തമം.

അപരിചിതൻ

പരിചയമില്ലാത്ത ഒരുവനെ സ്വപ്നം കണ്ടാൽ ഭോജനസുഖാദി ഇഷ്ടഫലങ്ങൾ അനുഭവപ്പെടും.

അപവാദം

1. തന്റെ സൽപ്പേരിന് കളങ്കം നേരിടുന്നതായി സ്വപ്നം കണ്ടാൽ ആത്മാർത്ഥതയില്ലാത്ത സ്നേഹിതന്മാരിലോ ബന്ധുക്കളിലോ വിശ്വാസം അർപ്പിക്കാതിരിക്കുന്നത് നന്ന്.

അപഹരണം

1. ബലാൽക്കാരമായി തന്നെ പിടിച്ചുകൊണ്ടുപോയി എന്നു സ്വപ്നം കണ്ടാൽ ജീവിതത്തിൽ പലപ്രകാരത്തിലും വിജയം തന്നെ. പൊതു പ്രവർത്തനം, കച്ചവടം, കലാപ്രകടനം, രാഷ്ട്രീയജീവിതം, ജോലി, അനുരാഗം എന്നുവേണ്ട സകലപ്രവർത്തനങ്ങളിലും വിജയമുണ്ടാകും.

അപ്പം

1. അപ്പം തിന്നുന്നതായി സ്വപ്നം കണ്ടാൽ അടുത്തുതന്നെ നിങ്ങൾക്ക് വിവാഹക്ഷണമുണ്ടാകും.

2. അപ്പം ഉണ്ടാക്കുന്നതായി അവിവാഹിത സ്വപ്നം കണ്ടാൽ അടുത്തുതന്നെ ഉയർന്ന നിലയിൽ വിവാഹം നടക്കും.

അപ്സരസ്സുകൾ

പുരുഷന്മാർ അപ്സരസ്ത്രീകളെ - വേശ്യകളെ - സ്വപ്നം കണ്ടാൽ ധനലാഭവും കന്യകകൾ കണ്ടാൽ കാലതാമസമെന്യേ വിവാഹം നടക്കും.

അഭിനന്ദനം

തന്റെ അഭിനന്ദനത്തെ സ്വപ്നം കണ്ടാൽ കാമുകീകാമുകന്മാരുടെ അനുരാഗത്തിന്റെ ദൃഢതയേയും ആത്മാർത്ഥതയേയും സൃഷ്ടമാക്കുന്നു.

അഭിനയം

1. ഒരു നാടകത്തിൽ താൻ അഭിനയിക്കുന്നതായി സ്വപ്നം കണ്ടാൽ അടുത്ത അവസരത്തിൽതന്നെ ഉദ്യോഗലബ്ധിയുണ്ടാകും.

2. നാടകാഭിനയം ചെയ്യുന്നതായി ഒരു സ്ത്രീ സ്വപ്നം കണ്ടാൽ അടുത്തുതന്നെ അവൾ ഒരു പെൺകുഞ്ഞിനെ പ്രസവിക്കും.

അമരപ്പയർ

സ്നേഹിതന്മാരുടെ കഷ്ടതയാണ് അമരപ്പയർ സ്വപ്നം കണ്ടാ

ലുള്ള ഫലം.

അമിതഭക്ഷണം

കണക്കിലേറെ ഭക്ഷിക്കുന്നുവെന്ന് സ്വപ്നം കണ്ടാൽ കഷ്ട കാലത്തെ സൂചിപ്പിക്കുന്നു. മറ്റൊരാൾ അങ്ങനെ ഭക്ഷിക്കുന്നതായി കണ്ടാൽ സ്ഥിരമായ സുഖം ഉണ്ടാകുന്നതുമാണ്.

അമേദ്യം

താൻ അമേദ്യത്തിൽ ചവിട്ടിയതായോ ദേഹത്തിൽ അമേദ്യം പൂശി യതായോ സ്വപ്നം കണ്ടാൽ ധനലാഭവും കൈവിട്ടുപോയ മുതൽ തിരിച്ചുകിട്ടുന്നതും ഫലം.

അമ്മ

അമ്മയെ സ്വപ്നം കണ്ടാൽ കലാപരമായും സാമൂഹ്യമായും ഉള്ള സംരംഭങ്ങളിൽ അഭിവൃദ്ധിയുണ്ടാകും.

അമ്മാവൻ

അമ്മാവനെ സ്വപ്നം കണ്ടാൽ കഠിനമായ ശരീരാദ്ധ്വാനം ചെയ്യേണ്ടിവരും അമ്മാമന്റെ സ്വത്തിൽ അല്പമാത്രമെങ്കിലും ലഭിക്കുകയുമില്ല.

അരം

അരത്തെ സ്വപ്നം കണ്ടാൽ അന്യരോട് കൂടെക്കൂടെ വഴക്കിടേ ണ്ടിവരും.

അരയന്നം

അരയന്നത്തിനെ സ്വപ്നം കണ്ടാൽ അടുത്ത അവസരത്തിൽ തന്നെ വിവാഹം നടക്കുമെന്നും സമർത്ഥനായ ഒരു പുത്രൻ ജാതനാകു മെന്നും സൂചന.

അരി

1. അരി സ്വപ്നം കാണുന്നത് സന്തോഷകരവും ഉല്ലാസപ്രദവുമായ ഒരു യാത്രയെ സൂചിപ്പിക്കുന്നതാണ്.
2. അരി, പാചകം ചെയ്യുന്നതു കണ്ടാൽ യാത്ര കിഴക്കൻ പ്രദേശ മായിരിക്കും.

അരിപ്പ

ആദായകരമായ ഒരു ജോലി കിട്ടുമെന്നുള്ളതിനെ സൂചിപ്പിക്കുന്ന താണ് അരിപ്പ സ്വപ്നം കാണുന്നത്.

അരിപ്പെട്ടി

നിറഞ്ഞ അരിപ്പെട്ടി സന്തോഷത്തെയും ഒഴിഞ്ഞ അരിപ്പെട്ടി വിഷ മതകളെയും സൂചിപ്പിക്കുന്നു.

അരിപ്പൊടി

അരിവില ഉടനെ കുറയുമെന്നുള്ളതിനെ ഗ്രഹിപ്പിക്കുന്നു.

അരിവാൾ

നിങ്ങളുടെയോ ബന്ധുജനങ്ങളുടെയോ അയൽവാസികളുടെയോ വീട്ടിൽ ഒരു മരണം സംഭവിക്കാൻ പോകുന്നതിനെ സൂചിപ്പിക്കുന്നു.

അരുചി

രുചി തോന്നാത്ത വസ്തുക്കൾ ഭക്ഷിക്കുന്നതായി കാണുന്നത് പ്രേമസാഫല്യത്തെ കുറിക്കുന്നു.

അരിവാൾ

പ്രണയനൈരാശ്യ സൂചകമാണ്.

അരുവി

താല്ക്കാലികമായ ശുഭത്തെ കുറിക്കുന്നു. ശുദ്ധജലമൊഴുകുന്നതായി കണ്ടാൽ വളരെക്കാലമായി മത്സരത്തിലിരുന്ന കുടുംബകലഹങ്ങൾ താമസം കൂടാതെ ഇല്ലാതാകുന്നതാണ്.

അലക്ക്

വസ്ത്രം അലക്കുകമ്പനിയുടെ കാവൽക്കാരനായി ഒരാൾ നിൽക്കുന്നുവെന്ന് കണ്ടാൽ വഞ്ചകരായ സ്നേഹിതരുടെ വലയിൽപ്പെടും.

അലക്കുയന്ത്രം

അലക്കുയന്ത്രം തകരാറായതായി സ്വപ്നം കണ്ടാൽ താൻ ഏർപ്പെട്ടിരിക്കുന്ന സാമൂഹ്യപരിപാടികളും വ്യാപാരങ്ങളും താല്ക്കാലികമായി അഭിവൃദ്ധി പ്രാപിക്കുന്നതല്ലെന്ന് അറിയേണ്ടതാണ്.

അലസത

1. മടിയന്മാരായി സമയം വൃഥാ നഷ്ടപ്പെടുത്തുന്നുവെന്ന് കാണുന്നത് സർവ്വകാര്യങ്ങളിലും വിപരീതഫലങ്ങളെയും മേലുദ്യോഗസ്ഥന്മാരിൽനിന്നുള്ള ശാസനകളേയും സൂചിപ്പിക്കുന്നു.

2. മേലുദ്യോഗസ്ഥൻ അലസനായി കഴിഞ്ഞുകൂടുന്നുവെന്നു കണ്ടാൽ നിങ്ങൾക്ക് ഉദ്യോഗക്കയറ്റവും, ശമ്പളവർദ്ധനവും ഉണ്ടാകുന്നതാണ്.

അലൂമിനിയം

അലൂമിനിയപാത്രങ്ങൾ സ്വപ്നം കാണുന്നത് സൗഭാഗ്യത്തെയും കുടുംബസുഖത്തെയും സൂചിപ്പിക്കുന്നു.

അത്ഭുതദർശനം

അത്ഭുതകരമായ എന്തെങ്കിലും സ്വപ്നം കണ്ടാൽ അവിചാരിത

മായ എന്തെങ്കിലും ഒരു ശുഭവാർത്ത കേൾപ്പാനിടയാകും.

അമരക്കായ്

അമരക്കായ് ഭക്ഷിക്കുന്നതായി സ്വപ്നം കണ്ടാൽ കീർത്തിയുണ്ടാകും.

അവശൻ

ക്ഷീണിതനായ ഒരുവനെ ശുശ്രൂഷിക്കുന്നതായി കണ്ടാൽ ശുഭവാർത്തകളാൽ സന്തോഷവും സമാധാനവും ഉണ്ടാവും.

അവിശ്വാസം

ഭാര്യയിലോ ഭർത്താവിലോ ആരിലെങ്കിലും പരസ്പരം അവിശ്വാസം തോന്നിയതായി സ്വപ്നം കണ്ടാൽ രണ്ടുപേർക്കും പരിശുദ്ധമായ സ്നേഹവും ആത്മാർത്ഥതയും ഉണ്ടാകുന്നതാണ്.

അവിവാഹിതൻ

അവിവാഹിതനെ സ്വപ്നം കണ്ടാൽ കപ്പൽ യാത്രയിൽവച്ച് നിങ്ങൾ വിവാഹിതനാകും.

അശുദ്ധജലം

രോഗബാധയുണ്ടാകുമെന്നതിന്റെ സൂചന.

അസാന്നിദ്ധ്യം

സ്നേഹിതന്റെയോ കുടുംബാംഗത്തിന്റെയോ സാന്നിദ്ധ്യമില്ലാതിരിക്കുന്നതിനെപറ്റി സ്വപ്നം കണ്ടാൽ സ്വന്തം നിലയിലുള്ള സന്തോഷവർത്തമാനം കേൾപ്പാനിടയാകും.

അസ്തമനസൂര്യൻ

1. ഒരുവൻ, ആകാശം മേഘച്ഛന്നമായി കാർമേഘങ്ങൾ നിറഞ്ഞ സന്ധ്യാസമയത്ത് ദീർഘവഴി നടന്ന് പോകേണ്ടതായും ഭൂതപ്രേതങ്ങളാലും ദുഷ്ടമൃഗങ്ങളിലും നിഷേവിതമായ ഒരു വനപ്രദേശത്തുകൂടി ഭയചകിതനായി യാത്രചെയ്യുന്നുവെന്നു കണ്ടാൽ വലിയ ആപത്തും അപവാദവും ധനനാശവും ഉണ്ടാകും.

2. ഒരു സ്ത്രീയാണ് ഈ സ്വപ്നം കാണുന്നതെങ്കിൽ ഭർത്താവ് ഒരുമാസത്തിനുള്ളിൽ മരിക്കുന്നതാണ്.

3. രോഗികളാണെങ്കിൽ രോഗമൂർച്ഛിതനായി മരണം പ്രാപിക്കുന്നതാണ്.

4. വ്യാപാരികളാണ് കാണുന്നതെങ്കിൽ ധനനഷ്ടം.

അസ്ത്രം

അസ്ത്രം - അഞ്ച് - സ്വപ്നം കണ്ടാൽ അപവാദവും ബന്ധുമിത്രാദികളുടെ നഷ്ടവും ഫലം.

അഴകുള്ള കുട്ടികൾ

ഇവരെ കണ്ടാൽ സ്നേഹിതന്മാരിൽ നിന്നും ദ്രോഹം.

അഴുക്കുവെള്ളം

1. അഴുക്കായ വെള്ളത്തിൽ ഇറങ്ങിനടക്കുന്നതായും അതിലുള്ള പായലുകൾ കാലിൽ ചുറ്റിയതായും കണ്ടാൽ ധനലാഭം ഫലം.

2. അഴുക്കുവെള്ളം കുടിച്ചുവെന്നു കണ്ടാൽ രോഗമുണ്ടാകും.

3. താൻ കോരിയ വെള്ളം അഴുക്കുനിറഞ്ഞതായി കണ്ടാൽ ദാരിദ്ര്യം ഫലം.

ആകാശം

1. നിർമലമായ ആകാശത്തെ സ്വപ്നം കാണുന്നത് ശുഭകരം. കീർത്തിലാഭം, വിചാരകാര്യസാദ്ധ്യം, ശത്രുക്കൾ മിത്രങ്ങൾ ആയിത്തീരുക, നഷ്ടപ്പെട്ട ധനം തിരികെകിട്ടുക, വ്യവഹാരവിജയം എന്നിവ ഫലം.

2. ആകാശം മൂടിയടച്ച് കരിനിറമായി കിടക്കുന്നുവെന്നു കണ്ടാൽ രോഗപീഢ, ജനവിരോധം, ധനനാശം എന്നിവ ഫലം.

3. കരിനിറത്തിൽ കാണപ്പെടുന്ന ആകാശത്തിൽ അങ്ങിങ്ങായി അല്പം വെണ്മനിറം വീശി കാണുന്നുവെങ്കിൽ ആപത്തുകൾ സംഭവിച്ചാലും അവ ക്രമേണ മാറിക്കിട്ടുന്നതാണ്.

4. ആകാശം ചെമപ്പുനിറമായി തീപോലെ ഇരിക്കുന്നായി കണ്ടാൽ ഗൃഹത്തിൽ ആർക്കെങ്കിലും രോഗബാധയുണ്ടാകും.

5. ഈ സ്വപ്നത്തെ വിവാഹനിശ്ചയം കഴിഞ്ഞിരിക്കുന്നയാൾ കണ്ടാൽ ആ വിവാഹം വേഗത്തിൽ നടക്കും.

6. അവിവാഹിതൻ തെളിഞ്ഞ ആകാശം സ്വപ്നം കണ്ടാൽ അവിഹിതമാർഗ്ഗത്തിൽ സ്ത്രീസംഗം ലഭിക്കും.

ആക്ഷേപം

തന്നെ ആരെങ്കിലും ആക്ഷേപിച്ചതായി കണ്ടാൽ കലഹംമൂലമോ തെറ്റിദ്ധാരണ മൂലമോ പ്രണയിനിയിൽ നിന്നും അകന്നുപോകും.

ആഗസ്ത്

ആഗസ്ത് മാസത്തിൽ സ്വപ്നം കണ്ടാൽ വിവാഹം പഴയസ്ഥാനം ഉപേക്ഷിച്ച് പുതിയസ്ഥാനം കരസ്ഥമാക്കുകയും താല്കാലികമായ അരിഷ്ടതകളും കഷ്ടതകളും ഉണ്ടാകുന്നതുമാണ്.

ആട്

കോലാട്, ചെമ്മരിയാട് ഇവകളെ സ്വപ്നം കണ്ടാൽ ധനാഭിവൃദ്ധിയുണ്ടാകും. പിറക്കുന്ന പുത്രന്മാർ അല്പായുസ്സുകളായും തീരും.

ആട്ടിൻകുട്ടി

ആട്ടിൻകുട്ടികൾ ഓടിച്ചാടികളിക്കുന്നതായി കണ്ടാൽ ഗാർഹിക സുഖം കിട്ടും.

ആടിൻരോമം

വെളുത്ത ആട്ടിൻരോമം സ്വപ്നം കണ്ടാൽ സന്തോഷവാർത്തയേയും കറുത്ത ആട്ടിൻരോമം ദുഃഖവാർത്തയേയും സുചിപ്പിക്കുന്നു.

ആട്ടുകസേര

1. ആട്ടുകസേരയിൽ ഇരുന്ന് ആടുന്നതായി സ്വപ്നം കണ്ടാൽ പ്രവൃത്തിസാഫല്യവും ലാഭവും ഫലം.

2. നിങ്ങളുടെ കാമുകനോ കാമുകിയോ ആടുന്നതായി കണ്ടാൽ കുടുംബസമാധാനവും സാമ്പത്തികലാഭവും ഉണ്ടാകുന്നതാണ്.

3. ഒരു അപരിചിതൻ ആടുന്നതായി കണ്ടാൽ കഷ്ടകാലം തീർന്ന് നല്ലകാലം വരും.

ആൺകുട്ടി

ആൺകുട്ടികളുമായി സംസാരിക്കുന്നതുകണ്ടാൽ കഷ്ടകാലം തീർന്ന് നല്ലകാലം വരും.

ആദായം

ആദായത്തിലോ ശമ്പളത്തിലോ വർദ്ധനയുണ്ടായതായി കണ്ടാൽ കുറവായിരിക്കും അതിന്റെ ഫലം. കുറവായിട്ടാണ് കാണുന്നതെങ്കിൽ വർദ്ധനയുമായിരിക്കും സ്ഥിതി.

ആധാരം

ആധാരത്തെ സ്വപ്നം കണ്ടാൽ മരണപത്രം എഴുതിവയ്ക്കാൻ അമാന്തിക്കരുതെന്നു നിശ്ചയിക്കണം.

ആന

1. ആനയെ സ്വപ്നം കാണുന്നത് ശുഭസൂചകം. കാര്യസാദ്ധ്യം, സംതൃപ്തി എന്നിവ ഫലം.

2. ആനപ്പുറത്തു കയറിയതായി കണ്ടാൽ വിദേശസഞ്ചാരത്തിനിടവരും. വിദ്വാന്മാരായ പുത്രന്മാർ ജനിച്ച് കീർത്തിയുണ്ടാകും.

3. ആന മദംപൊട്ടി ഓടിവരുന്നതായി കണ്ടാൽ മൂന്നുമാസത്തിനുള്ളിൽ കുടുംബകലഹമുണ്ടായി വലിയ കുടുംബങ്ങൾ നശിക്കുമെന്നും അറിയണം.

4. വീട് ആനവന്നു തകർത്തതായി കണ്ടാൽ ഒരു വലിയ ഗൃഹം പണിയാൻ ഇടയാകും.

5. കാട്ടാനകൾ വന്ന് വീട് നിശിപ്പിച്ച് തന്റെ കുഞ്ഞുങ്ങളെ ചവിട്ടിക്കൊന്നുവെന്നു കണ്ടാൽ നാട്ടിൽ പകർച്ചവ്യാധി പരക്കുമെന്നറിയുക.

ആമ്പൽപ്പൂവ്

ദീർഘായുസും ആരോഗ്യവും ഫലം.

ആന്ത (ഓന്ത്)

ആന്തയെ - ഓന്തിനെ - കണ്ടാൽ ധനനഷ്ടവും രോഗവും ഫലം.

ആപത്ത്

മറ്റൊരാൾക്ക് ആപത്ത് സംഭവിച്ചതായി സ്വപ്നം കണ്ടാൽ ദുരുദ്ദേശ്യത്തോടുകൂടി അടുത്തുകൂടിയിട്ടുള്ള ചില സ്നേഹിതന്മാരുണ്ടെന്നറിയണം.

ആപ്പിൾപ്പഴം

ശുഭവാർത്ത കേൾക്കുക, നേതൃസ്ഥാനലാഭം, വ്യാപാരാഭിവൃദ്ധി, സ്വർണ്ണസമ്പാദ്യം, ഗാർഹികസുഖം മുതലായ സൗഭാഗ്യങ്ങൾ ഫലം.

ആഫീസ്

ആഫീസിലിരുന്ന് ഉദ്യോഗസ്ഥന്മാർ ജോലി ചെയ്യുന്നുവെന്നു കണ്ടാൽ ഇഷ്ടജനദർശനവും സാമ്പത്തികലാഭവും ഫലം.

ആഭരണം

1. ആഭരണങ്ങൾ അണിഞ്ഞിരിക്കുന്നതായി കണ്ടാൽ പ്രസിദ്ധരായ സന്താനങ്ങൾ ഉണ്ടാകും.

2. ആഭരണം വാങ്ങിയതായി കണ്ടാൽ വാർദ്ധക്യത്തിൽ സുഖമുണ്ടാകും.

ആമ

ഭാഗ്യം തന്നെ. വിദേശസഞ്ചാരത്തിൽ ദൈവാനുകൂല്യവും ധനവും മറ്റു സമ്പത്തുകളും ഉണ്ടാകും. രാഷ്ട്രീയകാര്യങ്ങളിൽനിന്നും ഒഴിഞ്ഞുമാറണം.

ആർത്തവം

ഒരു സ്ത്രീ താൻ ഋതുവായതായി സ്വപ്നം കണ്ടാൽ താമസിയാതെ വിവാഹിതയാകും.

ആലിപ്പഴം

ആലിപ്പഴം പൊഴിഞ്ഞുവീഴുന്നതായി കണ്ടാൽ സമീപഭാവിയിൽ ഈശ്വരാനുഗ്രഹങ്ങൾ ലഭിക്കും.

ആവണക്കെണ്ണ

അടുത്ത ഭാവിയിൽ നല്ല സമ്മാനങ്ങൾ ലഭിക്കും.

ആശാരി

അടുത്തുതന്നെ വീടുപണിയാൻ ഇടയാകും.

ആഹാരം

1. കുഞ്ഞുങ്ങൾക്ക് ആഹാരം കൊടുക്കുന്നതായി കണ്ടാൽ സൽസന്താനങ്ങൾ ഉണ്ടാകും.

2. വൃദ്ധന് കൊടുക്കുന്നുവെങ്കിൽ കച്ചവടാഭിവൃദ്ധി ഫലം.

3. മൃഗങ്ങൾക്കാണെങ്കിൽ കുടുംബത്തിൽ കലഹമുണ്ടാകുകയില്ല.

ഇഞ്ചി

രോഗശമനഫലം എന്നു പറയാം.

ഇടി

ഇടിവെട്ട് ഏറ്റതായി സ്വപ്നം കണ്ടാൽ അടുത്ത അവസരത്തിൽ ഒരു ശുഭവാർത്ത കേൾക്കാനിടയാകും.

ഇടിത്തീയ്

1. താൻ ഇരുട്ടിൽ അകപ്പെടുകയും മിന്നൽപ്രകാശത്താൽ വഴിനിശ്ചയമില്ലാതെ, കല്ലിലും മുള്ളിലും തപ്പിത്തടഞ്ഞു നടന്നു കഷ്ടപ്പെടുന്നതായും ഇടിത്തീ തന്റെ ദേഹത്തിൽ വീഴാൻ ഭാവിച്ചതിൽ നിന്നു തപ്പിപ്പിഴച്ചതായും സ്വപ്നം കണ്ടാൽ ആപത്തുകൾ വിട്ടുമാറുമെന്നറിയുക.

2. കാർമേഘമില്ലാത്ത ആകാശത്തിൽ വെള്ളിടിവെട്ടിയതായും ഇടിത്തീ തന്റെ അടുത്തുവീണതായും സ്വപ്നം കണ്ടാൽ യാത്രയിൽ പല അമംഗളങ്ങളും കാര്യവിഘ്നങ്ങളും സംഭവിക്കുന്നതാണ്.

ഇടിമുഴക്കം

ആകാശത്തിൽ മേഘങ്ങൾ മൂടി മഴയില്ലാതെ ഇടിമുഴക്കമോ മിന്നലോ ഉണ്ടാകുന്നതായി വ്യാപാരികൾ സ്വപ്നം കണ്ടാൽ ധനലാഭവും വിവാഹിതരായ സ്ത്രീപുരുഷന്മാർ കണ്ടാൽ സന്താനലാഭാദി ശുഭഫലങ്ങളും അവിവാഹിതർ കണ്ടാൽ വിവാഹലബ്ധിയും മറ്റുള്ളവരാണെങ്കിൽ തങ്ങളെ സംബന്ധിച്ച ആളുകളാൽ ഐശ്വര്യവും സിദ്ധിക്കുന്നതാണ്.

ഇൻഷുറൻസ്

നിങ്ങൾ ഒരു ഇൻഷ്വറൻസ് പോളിസിയിലോ ഭാഗ്യക്കുറിയിലോ ചേർന്ന് ടിക്കറ്റ് എടുത്തിരിക്കുന്നതായി സ്വപ്നം കണ്ടാൽ ധനസംബന്ധമായ അഭിവൃദ്ധിയും അതു നഷ്ടപ്പെട്ടതായി കണ്ടാൽ

നഷ്ടവും കഷ്ടപ്പാടും ഉണ്ടാകുന്നതുമാണ്.

ഇരുമ്പ്

ഇരുമ്പിനെ സ്വപ്നംകണ്ടാൽ ദാരിദ്ര്യം ഫലം. ഇരുമ്പു ജോലിയിൽ ഏർപ്പെട്ടിരിക്കുന്നവർ ഇരുമ്പു സ്വപ്നം കണ്ടാൽ തന്റെ കലാവാസനയെ പോഷിപ്പിക്കണമെന്നും, അയാൾക്ക് കഷ്ടനഷ്ടങ്ങൾ ഉണ്ടായാലും ഒടുവിൽ വിജയകരമാകുന്നുതാണ്.

ഇരുമ്പുചങ്ങല

ബന്ധനമാണ് ഫലം.

ഇരുമ്പുപെട്ടി

നിറഞ്ഞ ഇരുമ്പുപെട്ടിയാണ് സമൃദ്ധിയേയും ഒഴിഞ്ഞ പെട്ടിയാണെങ്കിൽ ദാരിദ്ര്യത്തെയും സൂചിപ്പിക്കുന്നു.

ഇല

താൻ ഇലകളെ ഭക്ഷിച്ചതായി സ്വപ്നം കണ്ടാൽ രോഗബാധയുണ്ടാകുന്നതാണ്.

ഇഷ്ടദേവത

ഇഷ്ടദേവതകളെയോ മരിച്ചുപോയ പ്രസിദ്ധന്മാരേയോ സ്വപ്നം കണ്ടാൽ കാര്യസാദ്ധ്യവും ധനലാഭവും ഫലം.

ഇഷ്ടിക

സ്വപ്നം കണ്ടാൽ നിങ്ങളുടെ പ്രേയസി സാദ്ധ്വിയാണെന്നും പൂർണ്ണമായി വിശ്വസിക്കണമെന്നും അറിയുക.

ഇസ്തിരിയിടീൽ

1. വസ്ത്രങ്ങൾ ഇസ്തിരിയിടുന്നുവെന്ന് സ്വപ്നം കണ്ടാൽ പൂർണ്ണമായി കുടുംബസുഖം കിട്ടും.

2. തുണിയോ കയ്യോ പൊള്ളിയതായി കണ്ടാൽ ഭർത്താവിനോടും ഭർത്തൃബന്ധുക്കളോടും കലഹം ഫലം.

3. ഇസ്തിരിപ്പെട്ടി താഴെവീഴുന്നതായി കണ്ടാൽ ജീവിതാധഃപതനവും തണുത്ത ഇസ്തിരിപ്പെട്ടിയാണ് കാണുന്നതെങ്കിൽ അവിചാരിതമായ പ്രണയനഷ്ടവും ആണ് ഫലം.

ഇളംകാറ്റ്

ഇളംകാറ്റ് തട്ടി സുഖമനുഭവിക്കുന്നതായി സ്വപ്നം കണ്ടാൽ സൗഭാഗ്യവും പ്രേമസാഫല്യവും ഫലം.

ഇളയമ്മ

ബുദ്ധിമോശത്താൽ നഷ്ടമായ ധനം തിരിച്ചുകിട്ടും.

ഇളവെയിൽ

രാവിലെ സൂര്യൻ ഉദിച്ചുവരുമ്പോഴുള്ള ഇളം വെയിലത്ത് ഒരു വയലിലുള്ള ഉയർന്ന വരമ്പു വഴി യാത്ര ചെയ്യുമ്പോൾ ഒരു വലിയ കാള എതിരെ ഓടിവരുന്നതായി സ്വപ്നം കണ്ടാൽ ഒരു മാസത്തിനകം രോഗിയായി കിടപ്പിലാകുമെന്നും ഒരു സ്ത്രീയാണ് ഈ സ്വപ്നം കാണുന്നതെങ്കിൽ അവളുടെ ഇളയകുട്ടി ഒരാണ്ടിനകം മരിച്ചുപോകുമെന്നും വിദ്യാർത്ഥിയാണ് ഈ സ്വപ്നം കാണുന്നതെങ്കിൽ അവൻ പരീക്ഷയിൽ തോല്ക്കുമെന്നും അറിയണം.

ഇറച്ചി

പാകം ചെയ്ത ഇറച്ചി സ്വപ്നം കണ്ടാൽ ആരോഗ്യവും പച്ചയിറച്ചിയാണെങ്കിൽ രോഗവും ഫലം.

ഇഴജന്തു

ബുദ്ധിപരമായ അഭിവൃദ്ധിയെ സൂചിപ്പിക്കുന്നു.

ഈച്ചകൾ

1. ഈച്ചകൾ ദേഹം മുഴുവൻ മൂടിയിരിക്കുന്നതായി സ്വപ്നം കണ്ടാൽ ശത്രുക്കൾ വർദ്ധിക്കുകയോ ഭാര്യ വ്യഭിചാരിയായി ഭവിക്കുകയോ ചെയ്യും.
2. ഈച്ചകൾ മുരളുന്നതായി സ്വപ്നം കണ്ടാൽ സ്നേഹിതന്മാരുടെ കെണിയിൽപ്പെടും.
3. വിളക്കിനുചുറ്റും ഈച്ചകൾ പറക്കുന്നതായി കണ്ടാൽ ജനസ്വാധീനം വർദ്ധിക്കും.
4. ഈച്ചകളെ പിടിക്കുകയോ കൊല്ലുകയോ ചെയ്യുന്നതായി കണ്ടാൽ കുറച്ചുകലത്തേക്കു സുഖവും പിന്നെ തുടർച്ചയായി കഷ്ടാരിഷ്ടതയും ഫലം.

ഈന്തപ്പഴം

ഈന്തപ്പഴം, മുന്തിരിങ്ങ മുതലായ പഴങ്ങളെ ഭക്ഷിച്ചതായി പുരുഷൻ സ്വപ്നം കണ്ടാൽ ഭാര്യാസുഖവും സ്ത്രീകൾ കണ്ടാൽ ഭർത്തൃസുഖവും ഫലം.

ഈയം

ഭാര്യാഭർത്താക്കന്മാർതമ്മിൽ വിവാദമുണ്ടാകും.

ഈയക്കട്ടി

നിങ്ങളുടെ ശത്രുവിനെക്കുറിച്ച് ആക്ഷേപങ്ങൾ കേൾക്കാനിടയാകും.

ഈശ്വരൻ

1. താൻ ദിവസവും ദൈവമാഹാത്മ്യങ്ങളെ കീർത്തിച്ച് പാടി സ്തുതിച്ചുകൊണ്ടിരിക്കുന്നുവെന്ന് സ്വപ്നം കണ്ടാൽ ഈശ്വരാനുഗ്രഹം സിദ്ധിച്ചുകൊണ്ടിരിക്കുന്നുവെന്നറിയണം.

2. സർവവലോക നിയന്താവായ ഈശ്വരൻ ഏറ്റവും ജാതിമതാദി ചിന്തകൾക്ക് അതീതമായി മത്സരബുദ്ധിയെ വെടിഞ്ഞ് ഈശ്വരാശ്രയത്തെ ശരണം പ്രാപിക്കുവാൻ ജനങ്ങളോട് ഉപദേശിക്കുന്നുവെന്നും ത്യാഗി സമ്പന്നനായിത്തീർന്നുവെന്നും കണ്ടാൽ അയാൾ ഈശ്വരസാമീപ്യത്തിന് അർഹനായിത്തീർന്നിരിക്കുന്നുവെന്നറിയണം.

3. അഹങ്കാരഭാവം വെടിഞ്ഞ് സർവ്വസാഹോദര്യം പുലർത്തി സർവ്വതോമുഖമായി ഈശ്വരദർശനം ചെയ്തു ജീവിക്കുന്നതായി സ്വപ്നം കണ്ടാൽ പാരുഷ്യത്തിനർഹനായിത്തീർന്നിരിക്കുന്നുവെന്നറിയണം.

4. എല്ലാത്തിലും അന്തർലീനമായി സർവ്വത്ര പരിലസിക്കുന്ന ഏകശക്തിയാണ് ഈശ്വരൻ എന്ന് ജ്ഞാനദൃഷ്ടികൊണ്ട് അറിഞ്ഞിരിക്കുന്നതായി കണ്ടാൽ അയാൾ സംസാരനിവൃത്തനാണെന്നറിയണം.

ഉടുപ്പ്

മുഷിഞ്ഞ ഉടുപ്പ് ധരിച്ചിരിക്കുന്നവനെ സ്വപ്നം കണ്ടാൽ അയാൾ നിങ്ങളുടെ ശത്രുവാണെന്നും കീറിയ ഉടുപ്പ് ധരിച്ചിരിക്കുന്നവനെ കണ്ടാൽ രോഗവും ഫലം.

ഉദയം

സൂര്യോദയമോ, ചന്ദ്രോദയമോ സ്വപ്നം കണ്ടാൽ ദ്രവ്യലാഭം ഫലം.

ഉദ്യാനം

പൂന്തോട്ടം കാണുന്നത് ശ്രേയസ്കരമാണ്. ഒരു ഉദ്യാനത്തിൽ ഉലാത്തുന്നതായി കണ്ടാൽ വലിയ ശ്രമം കൂടാതെ കാര്യവിജയമുണ്ടാകും. ഒരു ഉദ്യാനത്തിൽ വിശ്രമിക്കുന്നതായി കണ്ടാൽ പ്രണയജീവിത സൗഭാഗ്യവും ആരോഗ്യവും ഫലം.

ഉദ്യോഗം

ഏതെങ്കിലും സംഘടനയുടെ ഭാരവാഹിയായി നിങ്ങളെ തെരഞ്ഞെടുത്തിരിക്കുന്നതായി കണ്ടാൽ സാമ്പത്തികാഭിവൃദ്ധി ഫലം.

ഉപകാരം

വല്ലവരോടും ഉപകാരം കിട്ടണമെന്ന് നിങ്ങൾ അപേക്ഷിക്കുന്ന

തായി കണ്ടാൽ നിങ്ങൾക്ക് ആരുടെയും ഉപകാരമോ സഹായമോ ആവശ്യമില്ലെന്നറിയണം.

ഉപദേശം

1. മറ്റുള്ളവരെ നിങ്ങൾ ഉപദേശിക്കുന്നതായി കണ്ടാൽ അനുമോദനാർഹമായ ഒരു ധീരപ്രവൃത്തി നിങ്ങൾ ചെയ്യും.

2. ഉപദേശം നിങ്ങൾക്കു ലഭിക്കുന്നുവെന്ന് കണ്ടാൽ ബന്ധുസഹായത്താൽ എല്ലാ തടസസ്സങ്ങളും നീങ്ങിക്കിട്ടും.

ഉപരിഭാഗം

1. മാളികയുടെയോ ചുമരിന്റെയോ ഗൃഹത്തിന്റെയോ ഉപരിഭാഗത്ത് കയറിനിൽക്കുന്നതായി കണ്ടാൽ താൻ ഏർപ്പെടുന്ന കാര്യങ്ങളെല്ലാം ഫലവത്താകയും സമ്പത്തു വർദ്ധിക്കുകയും ചെയ്യും.

2. ഇത് മറ്റൊരാൾ ചെയ്യുന്നതായി കണ്ടാൽ ആപത്തുകൾ ഒഴിഞ്ഞു മാറുമെന്ന് അറിയണം.

3. അവിടെനിന്നും താഴെ വീഴുന്നതായിട്ടാണ് കണ്ടതെങ്കിൽ തന്റെ ഉദ്യോഗത്തിന് ഹാനി തട്ടുന്നതുമാണ്. താൻ ചുമരിൽനിന്നു വീണപ്പോൾ മറ്റൊരാൾ തന്നെ സഹായിച്ചതായിട്ടാണ് കണ്ടതെങ്കിൽ തനിക്കു സഹായികൾ ഉണ്ടാകുന്നതാണ്.

ഉപ്പൻ

ഉപ്പനെ സ്വപ്നം കാണുന്നത് എല്ലാവിധത്തിലും ശുഭഫലത്തെ ചെയ്യുന്നതാണ്. ധനലാഭം, സന്താനാഭിവൃദ്ധി, ആരോഗ്യംമൂലം സുഖം എന്നിവ അനുഭവിക്കുകയും ചെയ്യും. ധനസമൃദ്ധിയും ഫലം

ഉപ്പ്

ഉപ്പ് സ്വപ്നം കണ്ടാൽ സ്ത്രീപുരുഷന്മാരുടെ സ്നേഹം സമ്പാദിക്കയും ആരോഗ്യം മുലം സുഖം അനുഭവിക്കുകയും ചെയ്യും. ധനസമൃദ്ധിയും ഫലം.

ഉയരം

പൊക്കംകൂടിയ ഒരു മരത്തിലോ കുന്നിലോ പർവ്വതത്തിലോ മാളികയിലോ താൻ ഇരിക്കുന്നുവെന്നു സ്വപ്നം കണ്ടാൽ ഒരു ഉന്നതപദവി ലഭിക്കുന്നതാണ്. മാത്രമല്ല, സൽക്കീർത്തി, ബഹുമാനം മുതലായവ സിദ്ധിക്കുകയും ചെയ്യും.

ഉയരം കുറഞ്ഞവൻ

മുണ്ടൻ, വാമനൻ തുടങ്ങിയ ഹ്രസ്വകായനായ ഒരുവനെ സ്വപ്നം കണ്ടാൽ ദുഃഖവാർത്തകൾ കേൾപ്പാനിടയാകും.

ഉല്പന്നങ്ങൾ

സ്വപ്നം കണ്ടാൽ വ്യാപാരലാഭം ഫലം

ഉല്ലാസോദ്യാനം

അഴകുള്ളതും ഉല്ലാസകരവുമായ ഒരു ഉദ്യാനത്തെ സ്വപ്നം കണ്ടാൽ തനിക്കു സുഖവും സുരക്ഷിതത്വവും അനുഭവപ്പെടും. കുഞ്ഞുങ്ങൾ ആ ഉദ്യാനത്തിൽ ക്രീഡിക്കുന്നതായി കണ്ടാൽ പ്രേമം സഫലമാകലും വിവാഹവും സർവ്വഗുണസമ്പന്നതയും ആയിരിക്കും.

ഉഷ്ണം

നിങ്ങൾക്ക് ഉഷ്ണിക്കുന്നതായി സ്വപ്നം കണ്ടാൽ വ്യാപാരത്തിൽ നെല്ലുവില കുറയുന്നതാണ്.

ഉള്ളി

ഉള്ളി സ്വപ്നം കണ്ടാൽ പരിപൂർണ്ണമായ ആരോഗ്യത്തെയും വ്യാപാരസമൃദ്ധിയെയും സൂചിപ്പിക്കുന്നു.

ഉഴുക

നിലത്തിൽ ഉഴുന്നതായി കണ്ടാൽ ഉയർന്ന പദവിയോ അന്തസ്സോ ഉണ്ടാകും.

ഉഴുതിട്ടിരിക്കും ഭൂമി

വിളവിറക്കാതെ ഉഴുതിട്ടിരിക്കുന്ന ഭൂമിയെ സ്വപ്നം കണ്ടാൽ കുടുംബാംഗങ്ങളോട് വൈരം ഉണ്ടാകുന്നതാണ്.

ഉഴുന്ന്

ഉഴുന്നിനെ സ്വപ്നം കണ്ടാൽ ഏറ്റം ശുഭകരം.

ഉഴുന്നുവട

ശരീരസുഖം ഫലം

ഉറക്കം

1. രാത്രിയിൽ താൻ ഉറങ്ങുമ്പോൾ കള്ളന്മാർ വീട്ടിൽ കയറി തന്നെ ബന്ധിച്ചിട്ട് ധനം കൊള്ള ചെയ്യുന്നതായി കണ്ടാൽ അതുവരെ ചെയ്ത പണമിടപാടുകളിൽ വലിയ നഷ്ടം ഉണ്ടാകും.

2. ഒരു സ്ത്രീ ഈ സ്വപ്നം കണ്ടാൽ അവളുടെ ചാരിത്ര്യഭംഗത്തിന് ഒരുവൻ ശ്രമിക്കവേ അവൾ ഉരുണ്ടുവീണ് പരിക്ക് പറ്റുന്നതാണ്.

ഊണ്

താൻ പന്തിയിലിരുന്ന് പലരുമായി ഇലവെച്ച് ഊണുകഴിക്കാൻ പോകുന്നതായി കണ്ടാൽ ബന്ധുമാർഗ്ഗത്തിൽ വിവാഹം നടക്കും.

ഉണ്ടുകഴിഞ്ഞതായിട്ടാണ് കണ്ടതെങ്കിൽ പ്രജകൾക്കു നാശം ഉണ്ടാകുന്നതാണ്. ചുവരിന്മേൽ ഇരുന്ന് ഊണുകഴിച്ചതായിട്ടാണ് കണ്ടതെങ്കിൽ ഉദ്യോഗലാഭമുണ്ടാകും.

എട്ടുകാലി

എട്ടുകാലിയെ സ്വപ്നം കാണുന്നത് ശുഭസൂചകമാണ്. വല കെട്ടുന്നതായി കണ്ടാൽ ധനനാശവും രോഗവും ഫലം.

എണ്ണ

എണ്ണ വാങ്ങിയതായി കണ്ടാൽ ശുഭവാർത്തകൾ കേൾപ്പാനിടയാകും. എണ്ണ വില്ക്കുന്നതായിട്ടാണെങ്കിൽ വ്യാപാരവിജയം.

എണ്ണ തേക്കുക

താൻ എണ്ണ തേച്ചുകൊണ്ടിരിക്കുന്നതായി കണ്ടാൽ രോഗപീഡയുണ്ടാകും. മറ്റ് എന്തെങ്കിലും വിധത്തിലാണെങ്കിൽ പ്രതിബന്ധങ്ങളെ തരണം ചെയ്യും.

എതിരാളി

1. വ്യാപാരസംബന്ധമായി എതിരാളികളെ സ്വപ്നം കണ്ടാൽ നിങ്ങളുടെ സ്നേഹിതന്മാർ ആ എതിരാളികളോടുചേർന്ന് നിങ്ങൾക്ക് ഉപദ്രവമുണ്ടാക്കും.

2. പ്രണയജീവിതത്തിൽ എതിരാളികളെ സ്വപ്നം കണ്ടാൽ കാമുകീകാമുകന്മാർക്ക് തെറ്റിദ്ധാരണയും തൽക്കാലവിരഹവും നടക്കുന്നതാണ്.

എതിരേല്പ്

മഹാന്മാരെ എതിരേല്ക്കുന്നതായി കണ്ടാൽ ധനലാഭവും സൽക്കീർത്തിയും ഉണ്ടാകും.

എരണ്ടപ്പക്ഷി

സമ്പത്തും സന്താനവും വർദ്ധിക്കുന്നതാണ്.

എരുമ

എരുമ, പോത്ത് ഇവയെ കണ്ടാൽ ആപൽക്കാലമെന്നറിയണം. അവയുടെ പുറത്ത് കയറിയതായി കണ്ടാൽ മരണകാലം സമീപിച്ചിരിക്കുന്നുവെന്നറിയുക.

എലി

എലികളെ സ്വപ്നം കാണുന്നത് അശുഭവും അനിഷ്ടകരവുമാണ്. എലി, ഗൃഹത്തിൽ തുരങ്കം വയ്ക്കുന്നതായി കണ്ടാൽ ദ്രവ്യനാശവും എലി കടിച്ചുവെന്നോ, എലിയെ ചവിട്ടിയെന്നോ കണ്ടാൽ ആപത്തും രോഗവും ഫലം. എലികൾ വീടിനുചുറ്റും ഓടുന്നതായി

കണ്ടാൽ ചിലർ തന്നെ ചതിച്ച് അപകടത്തിലാക്കാൻ ഉദ്ദേശിച്ച് സ്നേഹം ഭാവിച്ച് അടുത്തുകൂടുമെന്നറിയണം.

എഴുത്ത്

1. എഴുതിയ ഒരെഴുത്തിനെ സ്വപ്നം കണ്ടാൽ കഷ്ടഫലം. എഴുതാത്തതായിരുന്നാൽ - അച്ചടിയായിരുന്നാൽ - ശുഭഫലം.

2. വ്യാപാരസംബന്ധമായ എഴുത്തുകൾ കാണുന്നത് ചെറിയ മൂലധനം മുടക്കിയതിൽനിന്ന് വലിയ ആദായം കിട്ടാൻ പോകുന്നതിന്റെ സൂചനയാണ്.

3. സ്നേഹിതന്റെ കത്ത് സ്വപ്നം കണ്ടാൽ ക്ലബ്ബുസംഘടനകളിൽ അംഗമായി ചരും.

4. കാമുകീകാമുകന്മാരും ഭാര്യാഭർത്താക്കന്മാരും പരസ്പരം അയയ്ക്കുന്ന കത്താണെങ്കിൽ എല്ലാ കാര്യവും ശുഭമായി പര്യവസാനിക്കും.

5. നിങ്ങളുടെ വാതിൽക്കൽ ഒരു കത്ത് വീണുകിടക്കുന്നതായി കണ്ടാൽ പ്രതീക്ഷിച്ചതിനും മുമ്പേ നിങ്ങൾക്ക് അഭിവൃദ്ധിയും കയറ്റവും ലഭിക്കുന്നതാണ്.

6. എഴുത്തുകളും പുസ്തകക്കെട്ടുകളും എടുത്തുകൊണ്ടുപോകുന്നതായി കണ്ടാൽ ദുരിതാനുഭവം ഫലം.

എറുമ്പ്

1. എറുമ്പുകൾ വരിവരിയായി പോകുന്നുവന്നു കണ്ടാൽ വിദേശയാത്രയും അവിടെ സുഖജീവിതത്തിനുള്ള മാർഗ്ഗവും ഭാര്യാപുത്രാദികളും ഉണ്ടാകും. വ്യാപാരികൾ കണ്ടാൽ കച്ചവടാഭിവൃദ്ധിയുണ്ടാകും.

2. എറുമ്പുകൾ അങ്ങുമിങ്ങും അലഞ്ഞുതിരിയുന്നതുകണ്ടാൽ അനിഷ്ടഫലം. കാര്യഹാനിയും ആപത്തും ഉണ്ടാകും. ആഹാരപദാർത്ഥങ്ങളെ കടിച്ചുപിടിച്ചുകൊണ്ട് പോകുന്നതായി സ്വപ്നം കണ്ടാൽ ശുഭകരം.

3. എറുമ്പുകളെ അന്യജീവികൾ ഭക്ഷിക്കുന്നതായി സ്വപ്നം കണ്ടാൽ ആപത്തുകൾ സംഭവിക്കും.

4. രോഗികൾ എറുമ്പുകളെ സ്വപ്നം കണ്ടാൽ രോഗം ഭേദമാകുകയില്ലെന്ന് അറിയണം.

ഏങ്ങൽ

രോഗവും ധനനഷ്ടവും ഫലം.

ഏണി

1. ഗോവണി കയറുന്നതായി സ്വപ്നം കണ്ടാൽ നിങ്ങളുടെ

ആഗ്രഹം പെട്ടെന്ന് ഫലവത്താകും.

2. ഏണിയുടെ മേൽ വീഴുകയോ ഏണിയുടെ കീഴെകൂടെ നടക്കുകയോ ചെയ്യുന്നതായി കണ്ടാൽ താല്കാലികമായ വ്യാപാരനഷ്ടം ഫലം.

3. ഏണിയിൽ നിന്നു വീഴുന്നതായി കണ്ടാൽ വ്യാപാരത്തിലോ വ്യവസായത്തിലോ തൊഴിലാളികൾ മൂലമോ നഷ്ടമുണ്ടാകുന്നതാണ്.

ഏത്തപ്പഴം

1. ഏത്തപ്പഴം സ്വപ്നം കണ്ടാൽ ആരോഗ്യവും സൗഭാഗ്യവും ഉണ്ടാകുന്നതാണ്. ക്രമാതീതമായി പഴുത്ത പഴമാണെങ്കിൽ എല്ലാവിധ വ്യാപാരമാർഗ്ഗങ്ങളും നശിക്കയും അതിൽനിന്നു പിൻതിരിയേണ്ടതായി വരുകയും ചെയ്യും.

2. പച്ച ഏത്തക്കായ കണ്ടാൽ പ്രേമനൈരാശ്യവും പരീക്ഷയിൽ പരാജയവും ഉണ്ടാകുന്നതാണ്.

3. ഏത്തപ്പഴം തിന്നുന്നതായി കണ്ടാൽ അനാരോഗ്യവും മിത്രനാശവും ധനനഷ്ടവും ഉണ്ടാകുന്നതാണ്.

ഏത്തവാഴത്തോട്ടം

സ്വപ്നം കണ്ടാൽ ശുഭമാണ്. തന്റെ വാഴത്തോട്ടം കുരങ്ങന്മാർ വന്ന് നശിപ്പിക്കുന്നതായി കണ്ടാൽ തന്റെ തൊഴിലിനു തല്ക്കാലം നാശനഷ്ടങ്ങൾ സംഭവിക്കുന്നതാണ്.

ഏപ്രിൽമാസം

ഏപ്രിൽ മാസത്തിൽ കാണുന്ന സ്വപ്നം വിജയവും ആരോഗ്യപ്രദവും പ്രണയസുഖവും സന്തോഷസൗഭാഗ്യാദികളും സമാധാനവും ഉണ്ടാകുന്നതാണ്.

ഏഷണിക്കാരൻ

നുണ പറയുന്നവനെ സ്വപ്നം കണ്ടാൽ അനിഷ്ടഫലമാണ്. ദുഃഖവർത്തമാനം കേൾപ്പാനിടയാകും.

ഐസ്ക്രീം

1. ഇതു തിന്നുന്നതായി കണ്ടാൽ പ്രണയസഫലതയെ സൂചിപ്പിക്കുന്നു.

2. ഐസ്ക്രീം വിലയ്ക്കു വാങ്ങുന്നതായി കണ്ടാൽ ധനാഭിവൃദ്ധിയും വില്ക്കുന്നതായി കണ്ടാൽ ഉദ്യോഗക്കയറ്റവും ഉണ്ടാകുന്നതാണ്.

ഒട്ടകം

ദീർഘസഞ്ചാരത്തിനും കഷ്ടപ്പാടിനും സൂചന. ആ കഷ്ടത മാറി

ഒടുവിൽ സുഖം സിദ്ധിക്കുന്നതാണ്.

ഒട്ടകപ്പക്ഷി

എല്ലാ ആഗ്രഹങ്ങളും പ്രതീക്ഷകളും കഷ്ടത്തിലാകും.

ഒലിവെണ്ണ

ഒലിവെണ്ണ കുടിക്കുന്നതായി കണ്ടാൽ ദീർഘായുസ്സും ആരോഗ്യവും ഉണ്ടാകും.

ഒളിവ്

താൻ സ്വദേശത്തുനിന്നും പുറത്തുപോയി ഒളിവിൽ കഴിഞ്ഞുകൂടുന്നതായി കണ്ടാൽ ഉയർന്ന ബഹുമതിയും ഉത്തരവാദിത്തമുള്ള ഉദ്യോഗവും ലഭിക്കുന്നതാണ്.

ഒറ്റത്തടിമരം

തെങ്ങ്, കമുക്, പന ഇത്യാദി ഒറ്റത്തടിമരത്തിന്റെ തണലിൽ വിശ്രമിക്കുന്നതായി കണ്ടാൽ വിദേശസഞ്ചാരം ചെയ്ത് ആനന്ദവും വിനോദവും അനുഭവിക്കും.

ഒഴുക്കുനീര്

ഒഴുകിക്കൊണ്ടിരിക്കുന്ന ജലത്തിൽനിന്നും പാത്രംമുക്കി ജലം എടുത്തുകൊണ്ടുപോകുന്നതായി കണ്ടാൽ അവന് അത്യാപത്ത് സമീപിച്ചിരിക്കുന്നതായി അറിയണം.

ഓടക്കുഴൽ

ഓടക്കുഴൽ കാണുകയോ അതിന്റെ ശബ്ദം കേൾക്കുകയോ ചെയ്യുന്നതായി സ്വപ്നം കണ്ടാൽ വിവാഹം വളരെ താമസിച്ചേ നടക്കുകയുള്ളൂ എന്നറിയണം.

ഓട്ടം

നിങ്ങൾ ഓടുന്നതായി സ്വപ്നം കണ്ടാൽ കുടുംബസുഖവും സമ്പൽവർദ്ധനയും ഉണ്ടാകുന്നതാണ്.

ഓട്ട്ധാന്യം

1. ഓട്ടുധാന്യം സ്വപ്നം കണ്ടാൽ വ്യാപാരത്തിലും ഉദ്യോഗത്തിലും അഭിവൃദ്ധിയുണ്ടാകും.

2. ഓട്ടുധാന്യം കുതിര ഭക്ഷിക്കുന്നതായി കണ്ടാൽ എത്ര കഠിനമായ പദ്ധതികളും നടപ്പിലാകും.

3. ഈ ധാന്യം താഴെ വീണുപോയി എന്നു കണ്ടാൽ ഗുണകരമായ വാർത്ത കേൾപ്പാനിടയാകും.

ഓട്ടപ്പാത്രം

1. ഓട്ടപ്പാത്രത്തിലോ തുണിയിലോ തുന്നിക്കെട്ടിയ തുകൽസഞ്ചി

യിലോ വെള്ളം കൊണ്ടുപോകുന്നതിന് താൻ യത്നിച്ചതായി സ്വപ്നം കണ്ടാൽ വലിയ ആപത്തുണ്ടാകും. താൻ വിശ്വസിച്ചിരുന്ന സ്നേഹിതന്മാരോ ബന്ധുക്കളോ തന്നെ ചതിക്കും. കള്ളന്മാർ മുതൽ മോഷ്ടിച്ചുകൊണ്ടുപോകാനിടയാകും.

2. ഓട്ട അടയ്ക്കുന്നതായി സ്വപ്നം കണ്ടാൽ ആരോ നിങ്ങളെ രക്ഷിക്കാൻ ആത്മാർത്ഥമായ ശ്രമം ചെയ്യുന്നതാണ്.

ഓന്ത്

ധനനഷ്ടവും വ്യാധിയും ഫലം. (ഓന്തിന് ചിലയിടങ്ങളിൽ ആന്ത എന്നു പറയും.)

ഔഷധങ്ങൾ

ഔഷധങ്ങളെ സ്വപ്നം കണ്ടാൽ സ്വസ്ഥന്മാർക്ക് രോഗവും രോഗികൾക്കു സുഖവും വരുന്നതാണ്.

കട

കച്ചവടക്കടയോ കടയിൽചെന്ന് സാമാനങ്ങൾ വാങ്ങുന്നതായോ കണ്ടാൽ സമ്പാദ്യം ഉണ്ടാകും.

കടംവീട്ടൽ

കടംകൊടുത്തു തീർക്കുന്നതായി സ്വപ്നം കണ്ടാൽ അന്യരുടെ ധനം ധാരാളമായി തനിക്കു ലഭിക്കുകയും തന്മൂലം സുഖവും ബഹുമാനവും ഉണ്ടാകുകയും ചെയ്യും.

കടത്തെരുവ്

1. വളരെ സാമാനങ്ങൾ നിറഞ്ഞിരിക്കുന്ന കടകളും ജനങ്ങൾ തിങ്ങി നിറഞ്ഞ കടത്തെരുവുകളും കണ്ടാൽ നന്മയുണ്ടാകും.

2. ആ കടത്തെരുവിൽക്കൂടി കുതിരപ്പുറത്ത് കയറി യാത്ര ചെയ്യുന്നതായി കണ്ടാൽ കാര്യഹാനി സംഭവിക്കും.

കടന്നൽ

തന്നെ കടന്നൽ കുത്തിയതായി കണ്ടാൽ സ്നേഹിതൻ ചതിച്ചു എന്നറിയണം.

കടമാൻ

കടമാനെ സ്വപ്നം കണ്ടാൽ ബലവാന്മാരുടെ ശത്രുത്വം വന്നുകൂടും. തന്നെ കടിച്ചുവെന്ന് കണ്ടാൽ ആപത്തും കടിച്ചുകൊന്നുവെന്നു കണ്ടാൽ ശത്രുക്കളെ ജയിച്ചുകീർത്തിയുമുണ്ടാകും.

കടൽക്കാക്ക

പറക്കുന്ന കടൽക്കാക്കകളെ കണ്ടാൽ ശുഭവാർത്ത കേൾക്കാം. കടൽക്കാക്കകൾ നിശ്ചലമായിരിക്കുന്നതു കണ്ടാൽ വളരെ ആദാ

യകരമായ ഉദ്യോഗക്കയറ്റമുണ്ടാകും.

കടൽത്തീരം

1. താൻ കടൽത്തീരത്തു നിൽക്കുന്നതായി കണ്ടാൽ അസഹനീയമായ കഷ്ടപ്പാടുകൾ ഉണ്ടാകുമെന്നറിയണം.

2. കടലാസുകഷണങ്ങൾ കീറുന്നതായി കണ്ടാൽ അപവാദങ്ങൾ ഉണ്ടാകും.

കടലാമ

താൻ ഒരു വഴക്കിൽ ഇടപെടുമെന്നറിയണം.

കടലാസ്സ്

1. കടലാസുകഷണങ്ങൾ പെറുക്കി എടുക്കുന്നതായി കണ്ടാൽ ജീവിതത്തിൽ തനിക്ക് ഉയർച്ചയും അഭിവൃദ്ധിയും ഉണ്ടാകും.

2. കടലാസുകഷണങ്ങൾ കീറുന്നതായി കണ്ടാൽ അപവാദങ്ങൾ ഉണ്ടാകും.

3. കാറ്റിൽ പറപ്പിക്കുന്നതായി കണ്ടാൽ തന്നെപ്പറ്റിയുണ്ടാകുന്ന അപവാദങ്ങൾ ഒരുത്തരും വിശ്വസിക്കയില്ല.

കടവാതൽ

വാവൽ, വവ്വാൽ എന്നൊക്കെ പറയുന്ന ജീവിയെ സ്വപ്നം കാണുന്നത് ദൗർഭാഗ്യത്തെയും സാമ്പത്തികാധഃപതനത്തെയും സൂചിപ്പിക്കുന്നു.

കടുക്

ദീർഘായുസ്സ് ഉണ്ടാകുമെന്നറിയണം.

കണക്കുകൂട്ടുന്ന യന്ത്രം

ഈ യന്ത്രം സ്വപ്നം കണ്ടാൽ സാമ്പത്തികവിജയം കണക്കുകൂട്ടിയത് ശരിയായിരുന്നുവെന്നു കണ്ടാൽ അവിചാരിതമായി ഉദ്യോഗക്കയറ്റം കണക്കുകൂട്ടിയത് തെറ്റായിരന്നുവെന്നു കണ്ടാൽ സ്വന്തം കാര്യത്തിൽ പരാജയവും യന്ത്രത്തിൽ കണക്കുതെറ്റു തിരുത്തുന്നതായി കണ്ടാൽ മറ്റ് ആളുകളിൽനിന്ന് അഭിനന്ദനവും ലഭിക്കും.

കണക്കെഴുത്തുകാരൻ

കണക്കെഴുത്തുകാരനെ സ്വപ്നം കണ്ടാൽ തനിക്ക് ജീവിതസൗഭാഗ്യത്തിനുതകുന്ന ഭർത്താവിനെ കിട്ടും. ഒന്നിലധികം പേരെ സ്വപ്നം കണ്ടാൽ അധികാരമുള്ള ഉദ്യോഗം ലഭിക്കും.

കണ്ണാടി

ദരിദ്രനു ഭാഗ്യവും സമ്പന്നന് ദാരിദ്ര്യവും സംഭവിക്കും. ഭാര്യക്കും

തനിക്കും മനസ്താപം ഉണ്ടാകും.

കണ്ണാടിച്ചില്ല്

1. കണ്ണാടി പൊട്ടിച്ചതായി സ്വപ്നം കണ്ടാൽ ചില്ലറ ചില്ലറ കഷ്ട കാലം നേരിടേണ്ടിവരും.

2. കണ്ണാടികൾ ധരിച്ചിരിക്കുന്നതായി കണ്ടാൽ തെറ്റിദ്ധാരണമൂലം കലഹം ഉണ്ടാകും.

കണ്ടുപിടുത്തം

താൻ പുതിയ ഒരു കാര്യം കണ്ടുപിടിക്കുന്ന ശ്രമത്തിൽ പെട്ടിരിക്കുന്നതായി കണ്ടാൽ നിങ്ങളുടെ അവകാശാധികാരങ്ങളെ നിയമാനുസരണം അംഗീകരിക്കാൻ കാലതാമസമുണ്ടാകുന്നതാണ്.

കത്തിക്കുത്ത്

ഒരാൾ ഒരുത്തനെ കത്തികൊണ്ട് കുത്തി ദേഹോപദ്രവം ഏൽപ്പിക്കുന്നതായി കണ്ടാൽ അവനുള്ള ആപത്ഘട്ടങ്ങൾ ഒഴിഞ്ഞുമാറുന്നുവെന്നറിയണം.

കത്രിക

കത്രിക സ്വപ്നം കണ്ടാൽ പുതിയ സ്നേഹിതന്മാർ ഉണ്ടാകുകയും പുതിയ ദേശങ്ങൾ സന്ദർശിക്കാൻ ഇടയാകുകയും ചെയ്യും.

കത്രിക്കായ്

കത്രിക്കായ് ഭക്ഷിച്ചതായി കണ്ടാൽ ആരോഗ്യമുണ്ടാകും.

കന്നുപൂട്ടുക

1. കുന്നിൻപുറങ്ങളിൽ പോയി കന്നുപൂട്ടുന്നതായി കണ്ടാൽ തനിക്ക് ശ്രേഷ്ഠതയും പദവിയും ലഭിക്കുന്നതാണ്.

2. കൃഷിസ്ഥലത്തു കന്നുപൂട്ടുന്നതായി കണ്ടാൽ ഒരു വർഷത്തിനകം കുറേ കൃഷിഭൂമി കിട്ടുന്നതായിരിക്കും.

കമ്പിളി

1. കമ്പിളി സ്വപ്നം കണ്ടാൽ പുതിയ ഒരു ഉദ്യോഗം ലഭിക്കും.

2. പരുക്കൻ കമ്പിളിയോ പരവതാനിയോ ആണ് കാണുന്നതെങ്കിൽ താമസിയാതെ ധനലാഭം ഉണ്ടാകും.

കപ്പൽയാത്ര

കപ്പലിൽ യാത്ര ചെയ്യുന്നതായി കണ്ടാൽ ബഹുമാന്യമായ ഒരു ഉദ്യോഗം കിട്ടുന്നതാണ്.

കപ്പലപകടം

കപ്പലിന് അപകടം പറ്റിയതായുള്ള സ്വപ്നം ജീവിതത്തിൽ

സുഖവും ബഹുമാനവും ഉണ്ടാകുന്നതാണ്.

കമാനം

താൻ വളച്ചുവാതിനിലു കീഴെ കൂടി നടക്കുന്നതായി കണ്ടാൽ ബഹുമതി ബിരുദം ലഭിക്കും. പ്രശസ്തനായ ഒരുവൻ കമാനത്തിനു താഴെക്കൂടി കടന്നുപോകുന്നതായി കണ്ടാൽ ഉദ്യോഗക്കയറ്റം കിട്ടുന്നതാണ്.

കമുക്

കമുകിനെയും അതിൽനിന്ന് പാക്ക് പറിക്കുന്നതായും കണ്ടാൽ ശുഭപ്രദമാകുന്നു.

കയർ

1. കയർ സ്വപ്നം കാണുന്നത് അടുത്ത അവസരത്തിൽ ഒരു ചതി പറ്റുമെന്നുള്ളതിനെ സൂചിപ്പിക്കുന്നു.
2. ഒരു കയർ വട്ടത്തിലാടുന്നതായി കണ്ടാൽ നിങ്ങൾ ഉദ്ദേശിക്കുന്ന കാര്യങ്ങൾക്ക് പരിഹാരമുണ്ടാകുന്നതാണ്.
3. ഒരു കയറിൽ നിങ്ങൾ കുരുങ്ങിപ്പോകുന്നതായി കണ്ടാൽ ഒട്ടുവളരെ ശത്രുക്കൾ ഉണ്ടാകുമെന്നറിയണം.

കയറ്റം

1. ഒരു മരത്തിന്റെ മുകളിൽ താൻ കയറിയതായി കണ്ടാൽ തനിക്കു വിരുന്നൂണും ധനലാഭവും ആരോഗ്യവും ലഭിക്കുന്നതാണ്.
2. ഒരു ചുവരിന്മേലോ മാളികമേലോ വീട്ടിൻപുറത്തോ കയറിയതായി കണ്ടാൽ തന്റെ പ്രവൃത്തി ഫലപ്പെടുമെന്നും ധനലാഭം ഉണ്ടാകുമെന്നുമറിയണം.
3. ചുവരു മുതലായവയിൽ മറ്റൊരാൾ കയറുന്നതായി കണ്ടാൽ തനിക്കുണ്ടാകുന്ന ആപത്തുകൾ ഒഴിഞ്ഞുമാറിപ്പോകുന്നതാണ്. അവയിൽനിന്നും തെറ്റി താഴെ വീണതായി കണ്ടാൽ തന്റെ ഉദ്യോഗത്തിനു കുറവു സംഭവിക്കുന്നതാണ്.
4. ചുവരു മുതലായവയിൽനിന്നു താൻ വീഴാതെ മറ്റൊരാൾ വീണതായും താൻ രക്ഷിച്ചതായും സ്വപ്നമുണ്ടായാൽ അന്യസഹായം തനിക്ക് ഉണ്ടാകുന്നതാണ്.

കരടി

1. കരടിയെ കണ്ടാൽ ശക്തന്മാരുടെ വിരോധമുണ്ടാകും. തന്റെ പിന്നാലെ കരടി വരുന്നതായി കണ്ടാൽ ശത്രുഭയവും അതിനെ കൊന്നതായി കണ്ടാൽ ദുർഘടങ്ങളിൽനിന്ന് മോചനവും കിട്ടും.
2. തന്നെ കരടി കടിച്ചുകൊന്നുവെന്നു കണ്ടാൽ ശത്രുക്കളെ ജയിച്ചു

കീർത്തിയുണ്ടാകും.

3. തന്റെ കുട്ടിയെ കരടി പിടിച്ചുകൊണ്ടു പോകുന്നതായും താൻ ഓടിച്ചെന്നു കരടിയുമായി മൽപ്പിടുത്തം നടത്തുന്നതായും കണ്ടാൽ അടുത്ത പ്രസവത്തിൽ ഭാര്യ വിഷമസന്ധിയെ പ്രാപിക്കും.

കരച്ചിൽ

താൻ കരയുന്നതായി കണ്ടാൽ ധനാഭിവൃദ്ധിയുണ്ടാകും.

കരി

തീയെരിഞ്ഞുപോയ കരിയോ വെന്തെരിഞ്ഞ ചാരമോ അതുപോലെ ചൂളയിൽ വെന്തെരിഞ്ഞ ചുണ്ണാമ്പോ കണ്ടാൽ ദാരിദ്ര്യമോ കലഹമോ ഉണ്ടാകും. രോഗി ഈ സ്വപ്നം കണ്ടാൽ അവരുടെ രോഗം ഭേദമാകുന്നതാണ്.

കലമാൻ

തുറസ്സായ സ്ഥലത്ത് കലമാനിനെ സ്വപ്നം കണ്ടാൽ ധനാഭിവൃദ്ധിയും അതിനു സ്വാതന്ത്ര്യമില്ലാത്ത സ്ഥലത്ത് അകപ്പെട്ടിരിക്കുന്നതായി കണ്ടാൽ ജോലിയിലോ ജീവിതവ്യാപാരങ്ങളിലോ അസുഖവും അതിനെ ഉപദ്രവിക്കുകയോ കൊല്ലുകയോ ചെയ്യുന്നതായി കണ്ടാൽ സുവർണ്ണാവസരങ്ങൾ പാഴിലാകയും ചെയ്യുന്നതാണ്.

കലാകാരൻ

1. നിങ്ങൾ ഒരു കലാകാരനാണെന്നു കണ്ടാൽ എല്ലാ അസ്വസ്ഥതകളും മാറി നിങ്ങളുടെ ജീവിതം വിജയസമ്പൂർണ്ണമാകും.

2. കലാകാരന്മാർ, കവികൾ എന്നിവരെ കാണുന്നത് ശുഭസൂചകമാണ്.

കൽക്കണ്ടം

കൽക്കണ്ടം തിന്നുന്നതായി കണ്ടാൽ ദാരിദ്ര്യം ഫലം. പുരുഷനാണ് ഈ സ്വപ്നം കണ്ടതെങ്കിൽ കാമുകിയിൽനിന്നും സ്ത്രീയാണെങ്കിൽ കാമുകനിൽനിന്നും മധുരചുംബനം ലഭിക്കുന്നതാണ്.

കല്യാണം

1. കല്യാണം ചെയ്യുന്നതായി സ്വപ്നം കണ്ടാൽ ചരമവാർത്ത കേൾപ്പാനിടയാകുകയോ, താൻ രോഗപീഡ അനുഭവിക്കുകയോ ചെയ്യും.

2. കല്യാണത്തിനു സഹായം ചെയ്യുന്നതായി കണ്ടാൽ ജയമുണ്ടാകുകയും സന്തോഷകരമായ വാർത്ത കേൾപ്പാനിടയാകുകയും ചെയ്യും.

കവർച്ച

നിങ്ങളുടെ സ്വത്ത് കൊള്ളയടിച്ചതായി കണ്ടാൽ ശുഭസൂചകമാണ്.

കവികൾ

കവികളെ സ്വപ്നം കാണുന്നത് ശുഭസൂചകം.

കഷണ്ടി

തനിക്ക് കഷണ്ടി ബാധിച്ചതായി സ്വപ്നം കണ്ടാൽ നിരാശാജനകമായ വാർത്ത കേൾപ്പാനിടയാകും.

കളി

1. നിങ്ങൾ കളിക്കുന്നതായി സ്വപ്നം കണ്ടാൽ വ്യാപാരത്തിൽ വിജയവും കയറ്റവും പ്രാധാന്യമുള്ള കാര്യം നിറവേറുകയും ചെയ്യും.
2. മറ്റുള്ളവർ കളിക്കുന്നതായി കണ്ടാൽ നിങ്ങളുടെ കുടുംബജീവിതം സൗഭാഗ്യകരമായിരിക്കും. കളി തീരുന്നതിനുമുമ്പ് നിങ്ങൾ വിരമിച്ചതായി കണ്ടാൽ എന്തോ ചില ആപത്തുകൾ നേരിടാൻ പോകുന്നുവെന്നറിയണം.

കള്ള്

1. കള്ള് ഒരു കുടത്തിലിരിക്കുന്നതായി ഒരു രോഗി സ്വപനം കണ്ടാൽ താമസമെന്യേ സുഖമാകും.
2. താൻ കള്ള്കുടിച്ച് മദിച്ചതായി കണ്ടാൽ ദുർവൃത്തികൾകൊണ്ട് ധനനാശവും അപമാനവുമുണ്ടാകും.

കള്ളന്മാർ

രാത്രി കിടന്നുറങ്ങുമ്പോൾ തന്റെ ഗൃഹത്തിൽ കുറേ കള്ളന്മാർ വന്ന് തന്നെ പിടിച്ചുകെട്ടിയിട്ട് ധനം മുഴുവൻ കൊള്ളയടിച്ചതായി കണ്ടാൽ അക്കാലത്തു നടത്തിവരുന്ന പണമിടപാടുകൾക്ക് വലിയ നഷ്ടം ഉണ്ടാകുന്നതാണ്. സ്ത്രീയാണ് ഈ സ്വപ്നം കാണുന്നതെങ്കിൽ അവളുടെ ചാരിത്ര്യഭംഗത്തിന് ഒരുവൻ ശ്രമിക്കയും രക്ഷപ്പെടാൻ ശ്രമിക്കുന്നതിനിടയിൽ പരുക്കുപറ്റി വീഴുകയും ചെയ്യും.

കള്ളം

കള്ളം പറഞ്ഞതായി സ്വപ്നം കണ്ടാൽ നിങ്ങൾക്ക് ശുഭവർത്തമാനങ്ങൾ കേൾക്കാനിടവരും. അസത്യത്തെ നിഷേധിക്കുന്നതായി കണ്ടാൽ നിസ്സാരങ്ങളായ ചില അപവാദങ്ങൾ കേൾക്കാൻ ഇടയാകും.

കഴുത

1. കഴുതയെ സ്വപ്നം കണ്ടാൽ അല്പാല്പമായി തന്റെ ദുഃഖത്തിന്

ശമനമുണ്ടാകും.

2. കഴുതയെ ഓടിച്ചുകൊണ്ടുപോകുന്നതായി കണ്ടാൽ കഷ്ടതകൾ തീർന്നുപോകും.

3. ചുമക്കത്തക്ക ഭാരത്തെ വഹിച്ചുകൊണ്ടുപോകുന്ന കഴുതയെ കണ്ടാൽ മേൽക്കാലം സ്വന്തം കൃഷിയിൽനിന്നും ലാഭവും കീർത്തിയുമുണ്ടാകും.

4. കഴുത തന്നെ ഓടിച്ചുകൊണ്ടുവരുന്നതായി കണ്ടാൽ ഇല്ലാത്ത ചില അപവാദങ്ങൾ ചില ദുർമ്മാർഗ്ഗികൾ പറഞ്ഞുപരത്തും. പിൽക്കാലം അവർ തന്നെ നാശത്തിലകപ്പെടുത്തും.

5. താൻ കഴുതയുടെ പുറത്ത് കയറിയെന്നോ കഴുതയെ കെട്ടിയ വണ്ടയിൽ കയറിയെന്നോ കണ്ടാൽ മരണം സമീപിച്ചിരിക്കുന്നുവെന്നറിയണം.

6. കുട്ടികൾ കഴുതയെ സ്വപ്നം കണ്ടാൽ വിശേഷാൽ ദ്രവ്യലാഭം, അന്നവസ്ത്രാദികൾക്കു ബുദ്ധിമുട്ടില്ല.

കഴുത്ത്

കഴുത്തുമുറിച്ചുകളഞ്ഞതായി കണ്ടാൽ രോഗികൾക്കു രോഗശാന്തിയും അരോഗികൾക്കു ധനനഷ്ടവും ഫലം.

കറുത്തനിറമുള്ള ഭൂമി

ഒരുവൻ ഇങ്ങനെ സ്വപ്നം കണ്ടാൽ ദുഷിച്ച അനുഭവത്തെ കാണിക്കുന്നു.

കറുപ്പുനിറം

സ്വപ്നം കണ്ടാൽ അശുഭകരവും കറുപ്പിന്റെ അടിയിൽ ചുവപ്പു കണ്ടാൽ ശുഭസൂചകവും കളിച്ചീട്ടുകളിൽ കറുപ്പുനിറം കണ്ടാൽ നിർഭാഗ്യവും നിരാശയും ഫലം.

കറവപ്പശു

1. കറവപ്പശുവിനെ പുരുഷന്മാർ കണ്ടാൽ ധനലാഭവും സ്ത്രീകൾ കണ്ടാൽ വിവാഹവും ഫലം.

2. പശുവിനെ താൻ കറക്കുന്നുവെന്നോ മറ്റൊരാൾ കറക്കുന്നതിനെ താൻ കാണുന്നുവെന്നോ കണ്ടാൽ മഹാരോഗം പിടിപെടുന്നതാകുന്നു. ഗർഭിണികൾ കണ്ടാൽ രോഗത്താൽ മരിച്ചുപോയ കുട്ടിയെ അവൾ പ്രസവിക്കുന്നതുമാകുന്നു.

കറി

രുചികരമായ കറി സ്വപ്നം കണ്ടാൽ ആരോഗ്യവും സംതൃപ്തിയുമുണ്ടാകും.

കാക്ക

1. കാക്കകളെ സ്വപ്നം കണ്ടാൽ ധനനഷ്ടം. വ്യാപാരികളെങ്കിൽ വ്യാപാരനഷ്ടം.

2. കാക്കകൾ പറക്കുന്നതായി കണ്ടാൽ കഷ്ടപ്പാടുണ്ടാകും.

3. കാക്കകൾ നെറ്റിക്കുമീതെ പറന്നുപോകുന്നതായി കണ്ടാൽ ആയുർദോഷമുണ്ടെന്നറിയുക.

4. ഒരാൾ കുഞ്ഞുങ്ങളെ കുളിപ്പിച്ചുകൊണ്ടിരിക്കുമ്പോൾ കാക്കവന്നു കണ്ണിനുകുത്തിയെന്ന് കണ്ടാൽ മൂന്നുമാസത്തിനുള്ളിൽ തന്റെ ഗൃഹത്തിൽ കലഹമുണ്ടായി ചലർ നാടുവിട്ടുപോകും.

കാട്

1. തനിയെ നിങ്ങൾ കാട്ടിൽക്കൂടി നടന്നുപോകുന്നതായി കണ്ടാൽ പൂർണ്ണ ആരോഗ്യവും ധനലാഭവും ഫലം.

2. നിങ്ങൾ കാട്ടിൽക്കൂടി ഒരു പുരുഷന്റെയോ സ്ത്രീയുടെയോ കൂടെ നടക്കുന്നതായി കണ്ടാൽ വിവാഹം ഫലം.

3. വഴിയില്ലാതെ നിബിഡമായ ഒരു കാട്ടിൽക്കൂടി സഞ്ചരിക്കുന്ന തായി കണ്ടാൽ ദുരിതങ്ങൾ ഫലം.

കാപ്പി

അവിവാഹിതയായ ഒരു യുവതി താൻ കാപ്പി കുടിക്കുന്നതായി കണ്ടാൽ ധനികനായ ഒരു ഭർത്താവ് അവൾക്കുണ്ടാകും.

കാട്ടാനകൾ

കാട്ടാനകൾ വന്നു വീട് തകർത്തതായും തന്റെ കുഞ്ഞുങ്ങളെ കൊന്നതായും കണ്ടാൽ നാട്ടിൽ പലവിധ രോഗങ്ങൾ വ്യാപിച്ച് ആപത്തുകൾ ഉണ്ടാകും.

കാട്ടുമൃഗങ്ങൾ

കാട്ടിൽക്കൂടി സഞ്ചരിക്കുമ്പോൾ കാട്ടുമൃഗങ്ങൾ വന്ന് കടിച്ചുവെന്നു കണ്ടാൽ ഒരു മാസത്തിനുള്ളിൽ വിശ്വസ്തമിത്രങ്ങളിൽനിന്നും വഞ്ചിതനായി ജീവാപായംപോലും വന്നുചേരാം.

കായികാഭ്യാസി

1. ഒരു കായികാഭ്യാസിയെ സ്വപ്നം കണ്ടാൽ സൗഭാഗ്യം ഉണ്ടാകു ന്നതാണ്.

2. കായികാഭ്യാസിക്ക് വല്ല അപകടവും സംഭവിച്ചതായി കണ്ടാൽ നിങ്ങളുടെ സഞ്ചാരപരിപാടി മാറ്റിവെക്കേണ്ടതായിവരും.

3. ഒരു കായികാഭ്യാസി മരിച്ചതായി കണ്ടാൽ നിങ്ങളുടെ പദ്ധതി കളെല്ലാം പരാജയമടയും.

4. നിങ്ങൾ കായികാഭ്യാസം ചെയ്യുന്നതായി കണ്ടാൽ വലിയ അപമാനമുണ്ടാകും.

കായ്കൾ

കായ്കളെ ഭക്ഷിച്ചതായി കണ്ടാൽ സ്നേഹിതനെന്ന് താൻ വിശ്വസിച്ചിരുന്ന ആളിൽനിന്ന് ചതിപറ്റും.

കായ്കനി കൃഷി

താഴ്ന്ന സ്ഥലത്ത് പലവിധ കായ്കനികൃഷികൾ ചെയ്തിരിക്കുന്നതായി കണ്ടാൽ ആപത്ത് അടുത്തിരിക്കുന്നുവെന്നറിയണം.

കാല്

1. തന്റെ കാല് ഒടിഞ്ഞതായി കണ്ടാൽ തന്റെ ഭാര്യയുടെയോ ബന്ധുക്കളുടേയോ പ്രേരണയാൽ ഉദ്ദിഷ്ടകാര്യങ്ങൾക്ക് കെടുതിയുണ്ടാകും.

2. ഒരുവൻ മറ്റൊരുവന്റെ കാൽ തടവിക്കൊണ്ടിരിക്കുന്നതായി കണ്ടാൽ മുഖസ്തുതിയും നുണയും കേട്ട് മുതൽ നഷ്ടം ഉണ്ടാകും.

കാൽതെറ്റിവീഴുക

1. യാത്രാമദ്ധ്യേ കാൽ വഴുതി കുഴിയിൽ വീണതായി കണ്ടാൽ അസഹനീയമായ ബുദ്ധിമുട്ടുണ്ടാകും.

2. കലമുണ്ടാക്കുന്നവർ മണ്ണെടുത്ത കുഴിയിൽ അറിയാതെ വീഴുന്നതായി കണ്ടാൽ അശുഭസൂചകം.

കാൽ തേച്ചുകഴുകുക

താൻ വെള്ളത്തിൽ കാൽ തേച്ചുകഴുകുന്നതായി കണ്ടാൽ ലാഭസ്ഥലത്തുനിന്നും കഷ്ടതകൾ നേരിടുന്നതാണ്.

കാള

1. തടിച്ച കാളയെ സ്വപ്നം കണ്ടാൽ ധനസമൃദ്ധിയും മെലിഞ്ഞ കാളയെ കണ്ടാൽ ദാരിദ്ര്യവും ഫലം.

2. തന്നെ ഒരു കാള ഓടിച്ചുകൊണ്ടുവരുന്നതായി പുരുഷൻ കണ്ടാൽ അവനെ നശിപ്പിക്കുന്നതിന് ഒരുവൻ പ്രയത്നിച്ചുവരുന്നു എന്നറിയണം.

3. സ്ത്രീയാണ് ഈ സ്വപ്നം കാണുന്നതെങ്കിൽ അവളുടെ ഭർത്താവിന് അവളുടെ മേൽ സ്നേഹം കുറഞ്ഞിരിക്കുന്നുവെന്നും ചില കാര്യങ്ങളിൽ ഭർത്താവിന് സംശയമുണ്ടെന്നുമറിയണം.

4. കാള തന്നെ ചവുട്ടിയെന്നോ, തൊഴിച്ചുവെന്നോ ഇടിച്ചുവെന്നോ സ്വപ്നം കണ്ടാൽ തന്റെ അധികാരത്തിന് ഹാനി സംഭവിക്കുമെന്നും

അധികാരത്തെ കെടുത്തുന്നതിന് ചിലർ യത്നിച്ചു വരുന്നുവെന്നും അറിയണം.

കാളസർപ്പം

ഭയങ്കരനായ കാളസർപ്പത്തെ കണ്ടാൽ രോഗമോ ബന്ധുക്കളിൽ ആർക്കെങ്കിലും മരണമോ നേരിടുന്നതാണ്.

കാറിത്തുപ്പുക

താൻ വെള്ളം കാറിത്തുപ്പിയതായി കണ്ടാൽ ആപത്തുകൾ നീങ്ങി രോഗശമനമുണ്ടാകുമെന്നറിയണം.

കിടക്ക

1. കിടക്കയെ കണ്ടാൽ കച്ചവടത്തിൽ പ്രശംസ ലഭിക്കും. സ്ത്രീ കണ്ടാൽ കച്ചവത്തിൽ സാമർത്ഥ്യമുള്ളവനെ ലഭിക്കും.
2. കിടക്ക വിലകൊടുത്തു വാങ്ങുന്നതായി കണ്ടാൽ ഭർത്താവിങ്കൽനിന്നും ഗൃഹത്തിങ്കൽ നിന്നും ആനന്ദാനുഭവം ഉണ്ടാകും.
3. കിടക്ക ഉണ്ടാക്കുന്നതായി കണ്ടാൽ സൗഭാഗ്യകരമായ വൈവാഹികജീവിതവും കിടക്കയിൽ ആദ്യമായി കിടക്കുന്നതായി കണ്ടാൽ അടുത്ത അവസരത്തിലുണ്ടാകുന്ന സൗഭാഗ്യത്തേയും കിടക്കയിൽനിന്നും താഴെ വീഴുന്നതായി കണ്ടാൽ മേലാവിലെ ശകാരവും കിടക്ക കീറുന്നതായി കണ്ടാൽ കുടുംബകലഹവും ഫലങ്ങളാകുന്നു.

കിടപ്പ്

ഒരാൾ കിടക്കുന്നതായി കണ്ടാൽ ആരോഗ്യം നശിച്ചുകൊണ്ടിരിക്കുന്നുവെന്നും പ്രതിവിധി നോക്കണമെന്നും ഗ്രഹിക്കണം.

കിണറ്

1. ശുദ്ധജലമുള്ള കിണർ കണ്ടാൽ ധനലാഭമുണ്ടാകും.
2. കിണർ കവിഞ്ഞ് വെള്ളം പുറത്തേക്കൊഴുകുന്നതായി കണ്ടാൽ താൻ സമ്പാദിച്ച ദ്രവ്യം നഷ്ടപ്പെടുന്നതാണ്. ഈ സ്വപ്നത്തെ പുരുഷൻ കണ്ടാൽ അവന്റെ ബന്ധുക്കളിലോ സ്നേഹിതന്മാരിലോ ഒരാൾക്ക് മരണമോ മരണതുല്യമായ ആപത്തോ നേരിടും. സ്ത്രീ കണ്ടാൽ അവളുടെ ഭർത്താവിന് ആപത്ത് ഫലം.
3. കിണറ്റിൽനിന്നും വെള്ളം കോരി കൊണ്ടുവരുന്നതായി കണ്ടാൽ ധനലാഭവും വിവാഹം കഴിയാത്ത സ്ത്രീകൾ കണ്ടാൽ കാലതാമസമെന്യേ വിവാഹവും ഫലം. ഭർത്താവിന്ഭാര്യയുടെ അമ്മയുടെ പക്കൽനിന്ന് ധനലാഭവും ഉണ്ടാകും.
4. കിണറ്റിൽനിന്നും കോരിയെടുത്ത ജലം കലങ്ങിയതോ, അഴുക്കുള്ളതോ ആയി കണ്ടാൽ ദാരിദ്ര്യം ഫലം.

കിന്നരപ്പെട്ടി

ഗ്രാമഫോൺ, റേഡിയോ മുതലായവകളിൽ നിന്നു സംഗീതം കേൾക്കുന്നതായ് സ്വപ്നം കണ്ടാൽ അഭിവൃദ്ധി, അനുരാഗപരമായ വിവാഹം എന്നിവ ഫലം.

കിരീടം

കരീടം ധരിക്കുന്നതായി കണ്ടാൽ ബഹുമതി ഫലം.

കിളിക്കുഞ്ഞ്

കിളിക്കുഞ്ഞിനെ കണ്ടാൽ ദൂരദേശയാത്ര ഫലം. അവിടെ വിശേഷധനലാഭം ഉണ്ടാകുകയും ചെയ്യും. ദൂരദേശത്തു താമസിക്കുന്ന ഒരുവൻ ഇതുകണ്ടാൽ അവൻ മരിച്ചുപോയതായി വർത്തമാനമുണ്ടാകും. എന്നാൽ ആറുദേശത്തിൽ അവനു ധനാഭിവൃദ്ധി ഫലം. കൃഷിയുടെ അഭിവൃദ്ധിയും ഈ സ്വപ്നം സൂചിപ്പിക്കുന്നു.

കിഴങ്ങുവർഗ്ഗങ്ങൾ

ചേന, ചേമ്പ് മുതലായ കിഴങ്ങുവകകളെ കണ്ടാൽ സമ്പൽസമൃദ്ധിയുണ്ടാകും.

കീരി

1. കീരിയെ സ്വപ്നം കണ്ടാൽ വിഷബാധയോ സർപ്പഭയമോ ഉണ്ടാകയില്ല.

2. കീരി പാമ്പിനെ വളയുന്നതായി കണ്ടാൽ ബലവാനായ ഒരുവൻ തന്നെ അപകടത്തിലാക്കാൻ ശ്രമിക്കുമെങ്കിലും മറ്റൊരു ബലവാന്റെ സഹായം തനിക്കുണ്ടാകുന്നതാണ്.

കുക്കുപ്പക്ഷി

ചക്രവാകപ്പക്ഷി (വാനമ്പാടി)യെ സ്വപ്നം കാണുന്നത് ശുഭമാണ്. ('വാനമ്പാടി' എന്നത് നോക്കുക)

കുടി

1. കള്ളോ ചാരായമോ തേനോ രക്തമോ കുടിച്ചതായി സ്വപ്നം കണ്ടാൽ ദ്രവ്യലാഭമുണ്ടാകും.

2. ഈ ലഹരിസാധനങ്ങൾ പാനം ചെയ്ത് ലഹരി പിടിച്ചതായി കണ്ടാൽ ജ്ഞാനാഭിവൃദ്ധിയും പുതിയ സ്നേഹിതന്മാരാൽ ദ്രവ്യലാഭവും ഉണ്ടാകും.

കുടുംബം

സൗഭാഗ്യമുള്ള ഒരു കുടുംബത്തെ സ്വപ്നം കണ്ടാൽ അനുകൂല സാഹചര്യങ്ങളും സന്ദർഭങ്ങളും ധാരാളമുണ്ടാകും.

കുട്ട

1. നിറഞ്ഞ കുട്ട സ്വപ്നം കണ്ടാൽ അനുകൂല സാഹചര്യങ്ങളും സന്ദർഭങ്ങളും ധാരാളമുണ്ടാകും.

2. ഒഴിഞ്ഞ കുട്ടയായാൽ കൃതജ്ഞതപോലും കിട്ടാത്ത പ്രവൃത്തിയിൽ ഏർപ്പെടും.

3. ഒരു കുട്ട താഴെ ഇടുന്നുവെന്നു സ്വപ്നം കണ്ടാൽ വ്യാപാരത്തിൽ പല ദുർഘടങ്ങളും നേരിടും.

കുതിര

കുതിരയെ സ്വപ്നം കാണുന്നത് ശുഭമാണ്. സന്തോഷകരമായ യാത്രയ്ക്ക് ഇടയാകും. ബന്ധുദർശനവും ലഭിക്കും.

കുതിരലായം

കുതിരലായം സ്വപ്നം കണ്ടാൽ പൂർവ്വസ്നേഹിതന്മാരുടെ സന്ദർശനവും ആ സന്ദർശനത്തിൽനിന്ന് സുഖവും ഉണ്ടാവും.

കുതിരസ്സവാരി

1. കുതിര സവാരി ചെയ്യുന്നുവെന്നു സ്വപ്നം കണ്ടാൽ ചെറുപ്പത്തിലേ വിവാഹിതനാകുന്നതാണ്. ഭാര്യയോ ബന്ധുക്കളോ മുഖേനയോ ധനലാഭമുണ്ടാകുകയും വിദേശത്തു സുഖജീവിതം നയിക്കാൻ ഇടവരികയും ചെയ്യും.

2. കുതിരപ്പുറത്തുനിന്നും വീണുപോയതായി സ്വപ്നം കണ്ടാൽ ഏതാനും ദിവസത്തിനുള്ളിൽ അവിചാരിതമായ ആപത്തുണ്ടാകുന്നതാണ്.

കുന്തം

ഒരു വിഷമഘട്ടം അടുത്തിരിക്കുന്നുവെന്ന് അറിയണം.

കുപ്പ

അശുദ്ധമായ കുപ്പയിൽ നിന്നുവെന്നു കണ്ടാൽ ശത്രുജയം, കാര്യസിദ്ധി, പുത്രപൗത്രാഭിവൃദ്ധി എന്നീ ശുഭഫലങ്ങൾ ഉണ്ടാകും.

കുപ്പി

നിറഞ്ഞ കുപ്പി സ്വപ്നം കണ്ടാൽ വ്യാപാരം, പ്രണയം ഇവയിൽ വിജയം ഉണ്ടെന്നറിയണം. ഒഴിഞ്ഞ കുപ്പിയായാൽ സ്വപ്നദ്രഷ്ടാവിന്റെ എല്ലാ പദ്ധതികളും പരാജയത്തിലാകയും കുറേ കാലത്തേക്കു പലവിധ കഷ്ടനഷ്ടങ്ങൾ ഉണ്ടാകുകയും ചെയ്യും. ഉടഞ്ഞ കുപ്പിയാണെങ്കിൽ ചില ദുരനുഭവങ്ങൾക്ക് ഇടയാകും.

കുമിൾ (കൂൺ)

അഭിവൃദ്ധിയും ആനന്ദവും ഫലം. ചീഞ്ഞതായാൽ വിപരീതഫലമാണെന്നറിയണം.

കുയിൽ

1. കുയിലിനെയോ കുയിൽ പാടുന്നതായോ കേട്ടതായി കണ്ടാൽ താൻ ആഗ്രഹിച്ച സ്ത്രീ വളരെ പ്രയാസപ്പെട്ടു ലഭിക്കാൻ ഇടയായാലും വേഗത്തിൽ അവൾ കൈവിട്ടുപോകുന്നതാണ്.

2. ഈ സ്വപ്നം സ്ത്രീയാണ് കാണുന്നതെങ്കിൽ തന്റെ പുരുഷന് അന്യസ്ത്രീയിൽ അഭിലാഷം ഉണ്ടെന്നറിയുക.

കുരങ്ങ്

കുരങ്ങുകളെ കണ്ടാൽ കലഹം ഉണ്ടാകും. കുരങ്ങ് തന്റെ ഗൃഹത്തിലിരിക്കുന്നതായി കണ്ടാൽ നാശം ചെയ്യണമെന്ന് ദുരുദ്ദേശ്യത്തോടുകൂടി ഒരാൾ തന്റെ ഭവനത്തിൽ കടന്നുകൂടിയിട്ടുണ്ടെന്നറിയണം.

കുരുടൻ

താൻ കുരുടനായിപ്പോയെന്ന് സ്വപ്നംകണ്ടാൽ (അന്ധൻ) സ്നേഹിതന്മാരിൽനിന്നും നഷ്ടം നേരിടും. പത്നി വ്യഭിചാരിണിയായി ദുഷ്കീർത്തിക്ക് ഇടയാകും. ദുഃഖവർത്തമാനം കേൾപ്പാനും ഇടവരും.

കുരുവി

കുരുവി, നാര, കൗതുരി എന്നീ പക്ഷികളെ സ്വപ്നം കാണുന്നത് അത്യന്തം ശുഭകരം. കുരുവികൾ ശണ്ഠകൂടുന്നതായി കണ്ടാൽ കഷ്ടതകൾ സംഭവിക്കും. പറന്നുപോകുന്നതായി കണ്ടാൽ നന്മയുണ്ടാകും.

കുളം

1. വെള്ളത്തിന് ഒരു ചലനവും ഇല്ലാതെ കിടക്കുന്ന കുളം കണ്ടാൽ മനസംതൃപ്തിയോടുകൂടി ഇരിക്കാനിടയാകും.

2. ചലനമില്ലാത്ത നിർമ്മലജലത്തോടുകൂടിയ കുളത്തിലോ പൊയ്കയിലോ പൊങ്ങുതടി മുതലായതിൽ താൻ യാത്രചെയ്തതായി കണ്ടാൽ നിശ്ചയിച്ച കാര്യം സാധിക്കും. വെള്ളം അഴുക്കായിരുന്നാൽ തനിക്ക് അനേകം രോഗങ്ങൾ ഉണ്ടാകും.

കുളി

1. താൻ കുളിക്കുന്നതായി കണ്ടാൽ അടുത്തെങ്ങും രോഗം ഉണ്ടാകയില്ലെന്നും ധനം വരവ് ഉണ്ടാകുമെന്നും അറിയണം.

2. താൻ ചൂടുവെള്ളത്തിൽ കുളിക്കുന്നതായി കണ്ടാൽ ആ വെള്ളത്തിന് എത്രമാത്രം ചൂടു തോന്നുന്നുവോ, അത്രയ്ക്കു മനോവേദനകൊണ്ടുള്ള കഷ്ടത ബന്ധുജനങ്ങൾക്ക് ഉണ്ടാകുന്നതാണ്.

3. കുളിക്കാനായി മുണ്ടുമാറിയിട്ടിട്ട് കുളിക്കാതെ പോരുന്നതായി സ്വപ്നം കണ്ടാൽ ബന്ധുക്കൾ തന്നോട് തൽക്കാലം കോപിക്കുമെന്നും ആ കോപം പെട്ടെന്ന് തീരുമെന്നും അറിയണം.

കുളിര്

കുളിരിനാൽ താൻ കിടുകിടെ വിറയ്ക്കുന്നുവെന്നു കണ്ടാൽ മുതൽ നഷ്ടമുണ്ടാകുമെന്നറിയണം.

കുഴൽവിളി

കുഴൽവിളിയോ ശൂളംവിളിയോ കേൾക്കുന്നതായി സ്വപ്നം കണ്ടാൽ വ്യാപാരം അപകടത്തിലാകാൻ പോകുന്നുവെന്നറിയണം.

കുറുക്കൻ

കുറുക്കനെ സ്വപ്നം കണ്ടാൽ അസത്യവാദികളിൽനിന്നും കൃത്രിമതന്ത്രങ്ങളിൽനിന്നും അപകടമുണ്ടാകയില്ലെന്നറിയുക.

കുറ്റാന്വേഷണം

1. നിങ്ങളുടെ മേൽ ചെയ്യാത്ത കുറ്റം ആരോപിക്കുന്നതായി സ്വപ്നം കണ്ടാൽ ശത്രുക്കളുടെ മേലുള്ള വിജയവും അവരുടെ അധഃപതനവും സൂചിപ്പിക്കുന്നതാണ്.

കൂട്ടുകാരി

ഒരു യുവതി അവളുടെ കൂട്ടുകാരിയെ സ്വപ്നം കണ്ടാൽ അവളുടെ കാമുകനെ അടുത്തദിവസം കാണുവാൻ സാധിക്കുന്നതാണ്.

കൂൺ

ശുഭമാണ്. അഭിവൃദ്ധിയും ആനന്ദസിദ്ധിയും ഫലം. ചീഞ്ഞതെങ്കിൽ വിപരീതഫലവും.

കൂർക്കംവലി

താനോ മറ്റൊരാളോ കൂർക്കംവലിച്ച് ഉറങ്ങുന്നുവെന്നു സ്വപ്നം കണ്ടാൽ സുഖജീവിതം ഉണ്ടാകുന്നതാണ്.

കൃഷി

കൃഷിഭൂമിയോ കൃഷി ആയുധങ്ങളോ സ്വപ്നം കണ്ടാൽ കന്നുകാലി വർദ്ധനവുണ്ടാകും.

കൃഷിക്കാരൻ

1. ഒരു കൃഷിക്കാരനോട് താൻ സംസാരിക്കുന്നതായി സ്വപ്നം കണ്ടാൽ ഉന്നതന്മാരായ മഹാന്മാരുടെ പ്രിയം ഉണ്ടാകും.

2. കാർഷികോപകരണങ്ങൾ വാങ്ങുന്നതായി കണ്ടാൽ വ്യാപാരത്തിൽ വളരെ നേട്ടവും അഭിവൃദ്ധിയും ഉണ്ടാകും.

കൃഷിസ്ഥലം

തന്റെ സ്വന്തം കൃഷിഭൂമി ഭാഗ്യദോഷത്താൽ കിഴക്കോട്ട് ആണ്ടു പോകുന്നതായി കണ്ടാൽ എന്തെങ്കിലും ഒരാപത്ത് വരാൻ പോകുന്നുണ്ടെന്നറിയണം.

കൈകൾ

1. തന്റെ കൈകൾ മുമ്പിലത്തേക്കാൾ അധികം പുഷ്ടിയുള്ളതായിരിക്കുന്നുവെന്ന് കണ്ടാൽ ഉയർന്ന ഉദ്യോഗലബ്ധിയെ കുറിക്കുന്നു.
2. തന്റെ കൈകൾ ഒടിഞ്ഞുപോയെന്നോ വെന്തുപോയെന്നോ രോഗപീഡിതമായിരിക്കുന്നുവെന്നോ കണ്ടാൽ ദാരിദ്ര്യം സംഭവിക്കും. സ്ത്രീകളാണ് ഈ സ്വപ്നം ദർശിക്കുന്നതെങ്കിൽ ഭർത്താവോ പുത്രനോ മരിച്ചുപോകും.
3. തന്റെ വലതുകൈയാൽ വേല ചെയ്തുകൊണ്ടിരിക്കുന്നതായി കണ്ടാൽ സുഖത്തിനു ഭ്രംശമുണ്ടാകുന്നതാണ്.
4. കൈനിറയെ രോമം വളർന്നിരിക്കുന്നതായി കണ്ടാൽ കഷ്ടതയോ തടവുശിക്ഷയോ അനുഭവിക്കാനിടയാകും.

കൈത്തോക്ക്

1. നിങ്ങളുടെ നേരെ ഒരു കൈത്തോക്ക് ആരെങ്കിലും ചൂണ്ടിയതായി സ്വപ്നം കണ്ടാൽ സ്വന്തം കാര്യലാഭത്തെ സൂചിപ്പിക്കുന്നു.
2. ചലിച്ചുകൊണ്ടിരിക്കുന്ന ലക്ഷ്യത്തിൽ വെടിവെച്ചുകൊള്ളിച്ചതായി കണ്ടാൽ മറ്റുള്ളവരിൽനിന്നും കാര്യമായ ധനസഹായം ലഭിക്കും.

കൈനോട്ടം

1. കൈനോട്ടക്കാരെ സ്വപ്നം കണ്ടാൽ നിങ്ങളുടെ സർവ്വപ്രവർത്തനങ്ങളും കർശനമായി വികസിക്കപ്പെടും.
2. ഒരു കൈനോട്ടക്കാരൻ തന്റെ കൈനോക്കുന്നതായി കണ്ടാൽ അനല്പമായ പ്രേമവികാരങ്ങളും അതിൽനിന്നുള്ള സുഖഭോജനങ്ങൾക്കും ഇടയാകും.

കൈയെഴുത്ത്

നിങ്ങളുടെ സ്വന്തം കൈയെഴുത്ത് നിങ്ങൾക്ക് വായിക്കാൻ കഴിയുന്നില്ലെന്ന് സ്വപ്നം കണ്ടാൽ അന്യരുടെ സഹായമില്ലാതെ നിങ്ങളുടെ സ്വപ്രയത്നത്തിനു വിജയമുണ്ടാകുന്നതല്ല. അസാധാരണവും അതിശയപരവും ആയ വാർത്തകളും കേൾക്കാനിടവരും.

കൈവിരൽ

വിരലുകൾ വെള്ളത്തിൽ മുക്കുകയോ ചീമ്പുകയോ ചെയ്യുന്നതായി

കണ്ടാൽ പ്രതീക്ഷകൾക്കു വിപരീതമായ ശുഭവാർത്ത കേൾക്കാനിടയാകും. വിരലുകൾ പതുക്കുന്നതായി കണ്ടാൽ ഭാവിഭാര്യയെയോ ഭർത്താവിനെയോ സ്വീകരിക്കും.

കൈവെടിയുക

നിങ്ങൾ ഉപേക്ഷിക്കപ്പെട്ടും സങ്കടത്തിലും കഴിയുന്നുവെന്നു സ്വപ്നം കണ്ടാൽ മറ്റുള്ളവർക്കു വേണ്ടി ധാരാളം പണം ചെലവാക്കും.

കൊച്ചുകുട്ടികൾ

പുരുഷന്മാർ കൊച്ചുകുട്ടികളെ സ്വപ്നം കണ്ടാൽ ശുഭവും സ്ത്രീകൾ കണ്ടാൽ അശുഭവും രോഗപീഢ മുതലായവകളുമുണ്ടാകുന്നതാണ്.

കൊടി

1. കൊടികൾ ചലിപ്പിക്കുന്നതായി സ്വപ്നം കണ്ടാൽ നല്ലകാലം വരും. നിശ്ചലമായ കൊടിയാണെങ്കിൽ നിങ്ങളെപ്പറ്റിയുള്ള അപവാദം ആരും വിശ്വസിക്കുകയില്ല. ഘോഷയാത്രയിൽ കൊടികൾ കൊണ്ടുപോകുന്നത് കണ്ടാൽ ധാരാളം സ്നേഹിതന്മാരുണ്ടാകും. കൊടിയെ വന്ദിക്കുന്നതുകണ്ടാൽ നിങ്ങൾക്കു ബഹുമാന്യമായ പദവി ലഭിക്കും. കീറിയ കൊടി കണ്ടാൽ നിങ്ങളുടെ പരിശ്രമം പരാജയമടയും.

കൊടുങ്കാറ്റ്

ആകാശത്തിൽ പൊടി പറത്തി കൊടുങ്കാറ്റ് അടിക്കുന്നതായോ, കൊടുങ്കാറ്റോടു കൂടി കഠിനമായ മഴ പെയ്യുന്നതായോ സ്വപ്നം കണ്ടാൽ അനിഷ്ടഫലം. രോഗപീഢ, ബന്ധുനാശം, കലഹം മുതലായവ ഫലം.

ചുഴലിക്കാറ്റോ, കൊടുങ്കാറ്റോ വീശുന്നുവെന്നു കണ്ടാൽ തൽക്കാലം തനിക്കു ധനനാശവും പിൽക്കാലത്തു സാമ്പത്തികാഭിവൃദ്ധി, കാര്യസാധ്യം മുതലായ ഇഷ്ടഫലസിദ്ധിയും ലോകബഹുമാനവും ഫലം.

കൊട്ടാരം

1. കൊട്ടാരത്തിൽ താമസിക്കുന്നായി കണ്ടാൽ നിങ്ങൾക്കു മാനധനാദികൾ വർദ്ധിക്കുകയും സന്താനങ്ങൾ മൂലം സൗഭാഗ്യം സിദ്ധിക്കയും ചെയ്യും.

കൊതുക്

1. കൊതുക്, ഈച്ച, ഈയാംപാറ്റ മുതലായ ചിറകുള്ള പൂച്ചികളെ

കണ്ടാൽ ആരോഗ്യവാന്മാർക്ക് ആപത്തുണ്ടാകാൻ ഇടയാകും. രോഗികൾ കണ്ടാൽ രോഗം വേഗം ശമിക്കുന്നതുമാകുന്നു.

കൊമ്പുമുളയ്ക്കൽ

തനിക്ക് കൊമ്പുമുളച്ചിരിക്കുന്നതായി കണ്ടാൽ ശ്രേഷ്ഠമായ ഉദ്യോഗലബ്ധിയുണ്ടാകും.

മറ്റൊരാൾക്ക് കൊമ്പു മുളച്ചിരിക്കുന്നതായി കണ്ടാൽ അയാൾ രോഗപീഡിതനായി ഭവിച്ചിരിക്കുന്നുവെന്നറിയണം.

കൊയ്ത്ത്

കൊയ്ത്തിലോ വിളവെടുപ്പിലോ താൻ ഭാഗഭാക്കാവുന്നതായി കാണുന്നത് സൗഭാഗ്യസൂചകമാണ്. സർവ്വവിധമായ അഭിവൃദ്ധി, സാമ്പത്തികവിജയം, പ്രണയജീവിതത്തിൽ സന്തുഷ്ടി സൗഭാഗ്യം എന്നിവകൾ ഉണ്ടാകും.

കോടാങ്കി

നിങ്ങളുടെ കൈ ഒരു കോടാങ്കിനോക്കി ഫലം പറയുന്നതായി കണ്ടാൽ നിങ്ങളുടെ പ്രേമവികാരങ്ങൾക്കും, അതിനാലുളവാകുന്ന സുഖഭോഗങ്ങൾക്കും സംഗതിയാകും. നിങ്ങളുടെ എല്ലാ പ്രവർത്തനങ്ങളും വിമർശിക്കപ്പെടുകയും ചെയ്യും.

കോടാലി

മൂർച്ചയുള്ള കോടാലി സ്വപ്നം കണ്ടാൽ വിവാഹജീവിതം ആനന്ദപ്രദമായിരിക്കും. മൂർച്ചയില്ലാത്ത കോടാലിയാണെങ്കിൽ കുടുംബകലഹം, ധനനഷ്ടം എന്നിവ ഉണ്ടകുന്നതുമാകുന്നു.

കോട്ട

ഒരു കോട്ടയുടെ ഉള്ളിലോ സമീപത്തോ നിങ്ങൾ നിൽക്കുന്നതായി കണ്ടാൽ സ്നേഹിതന്മാരിൽ നിന്നും സഹായമുണ്ടാകും.

കോപം

ആരോടെങ്കിലും താൻ കോപിക്കുന്നതായി കണ്ടാൽ അയാൾ നിങ്ങളുടെ ആത്മാർത്ഥതയുള്ള സ്നേഹിതനാണെന്നു സൂചിപ്പിക്കുന്നു. മറ്റാളുകൾ തന്നോടു കോപിക്കുന്നതായി കണ്ടാൽ അവർ തനിക്കു സ്നേഹിതന്മാരാണെന്നറിയുക.

കോമട്ടി

കോമട്ടിയെ സ്വപ്നം കണ്ടാൽ ധനലാഭം ഫലം.

കോലാട്

1. കോലാടിനെ സ്വപ്നംകണ്ടാൽ സ്നേഹിതന്മാരിൽനിന്ന് അല്പമായ ഉപദ്രവവും നിസ്സാരമായ ധനനഷ്ടവും ഫലം.

2. കോലാട്ടിൻ പാൽ കുടിക്കുന്നതായി പുരുഷൻ സ്വപ്നം കണ്ടാൽ അയാൾ സ്നേഹിക്കുന്ന സ്ത്രീ അയാളെത്തന്നെ വരിക്കും. സ്ത്രീയാണ് ഈ സ്വപ്നം കാണുന്നതെങ്കിൽ അവളുടെ വൈവാഹിക ജീവിതം ആനന്ദപ്രദമായിരിക്കും.

3. കോലാടുകളെ തീറ്റുന്നതായി സ്വപ്നം കണ്ടാൽ വ്യാപാരാഭിവൃദ്ധിയുണ്ടാകും.

കോളറ

തനിക്കു കോളറ പിടിപെട്ടിരിക്കുന്നതായോ, ഒരു കോളറാ രോഗിയെയോ സ്വപ്നം കണ്ടാൽ രോഗമോ മൃത്യുവോ ഉണ്ടാകുന്നതാണ്.

കോളേജുവിദ്യാർത്ഥി

1. താൻ ഒരു കോളേജിലിരുന്ന് വായിക്കുമ്പോൾ തന്റെ കൂട്ടുകാർ തന്നെ കളിയാക്കുന്നതായി സ്വപ്നം കണ്ടാൽ ആ വർഷം ക്ലാസിൽ ഒന്നാമതായി പാസ്സാകുന്നതാണ്.

2. കോളേജുവിദ്യാർത്ഥികളുമൊപ്പം യാത്ര ചെയ്യുമ്പോൾ വണ്ടി മറിയുകയും ഉടനെ മരിക്കുകയും ചെയ്യുന്നതായി സ്വപ്നം കണ്ടാൽ ആ വർഷം പരീക്ഷയിൽ തോൽക്കുമെന്നും അറിയേണ്ടതാണ്.

കൗതാരിപക്ഷി

സ്വപ്നം കാണുന്നത് അത്യന്തം ശുഭകരമാണ്.

ക്ഷത്രിയൻ

ക്ഷത്രിയനെ സ്വപ്നം കാണുന്നത് ക്ഷേമകരം.

ക്ഷമായാചനം

ഒരുവൻ തന്നോടു ക്ഷമായാചനം ചെയ്തതായി സ്വപ്നം കണ്ടാൽ സർവ്വകാര്യത്തിലും അവനു വിജയമുണ്ടാകും.

ക്ഷയരോഗി

ക്ഷയരോഗിയെ സ്വപ്നം കണ്ടാൽ നിങ്ങൾക്ക് ആരോഗ്യത്തിനു ഹാനിയുണ്ടാകും.

ക്ഷാമം

ക്ഷാമകാലം സ്വപ്നം കണ്ടാൽ സമൃദ്ധിയും ഐശ്വര്യവും ഉണ്ടാകുന്നതാണ്.

ക്ഷാരവർഗ്ഗങ്ങൾ

1. മുളക്, കടുക്, വെളുത്തുള്ളി മുതലായ ക്ഷാരവസ്തുക്കളെ താൻ ഭക്ഷിച്ചതായി കണ്ടാൽ തന്റെ രഹസ്യങ്ങൾ വെളിപ്പെട്ടുപോകും. അല്ലെങ്കിൽ വേലക്കാരോട് വിരോധമുണ്ടാകും.

2. അവയെ അരച്ചോ ഇടിച്ചോ തിന്നുന്നതായി കണ്ടാൽ വ്യാപാര

സംബന്ധമായ നഷ്ടങ്ങളും താഴ്ചകളും ഉണ്ടാകും.

ക്ഷീണം

ശാരീരികമായ അവശതയോ ക്ഷീണമോ ഉണ്ടെന്നു സ്വപ്നം കണ്ടാൽ ശാരീരികമായി പൂർണ്ണ ആരോഗ്യമുണ്ടെന്നറിയണം.

ക്ഷുരകൻ

ക്ഷൗരം ചെയ്യുന്നതായി സ്വപ്നം കണ്ടാൽ ഏർപ്പെടുന്ന സർവ്വ പ്രവൃത്തികളും വിജയകരമായിരിക്കും.

ക്ഷൗരക്കത്തി

പുരുഷൻ ക്ഷൗരക്കത്തി സ്വപ്നം കണ്ടാൽ കുടുംബസുഖവും സ്ത്രീ കണ്ടാൽ കുടുംബകലഹവുമാണ് ഫലം.

ഖനി

ഖനിസ്വപ്നം കണ്ടാൽ അടുത്തുതന്നെ അവിചാരിതമായി ധനം ലഭിക്കുന്നതാണ്.

ഗർഭം

1. ഒരു സ്ത്രീ അവൾ ഗർഭിണിയാണെന്ന് സ്വപ്നം കണ്ടാൽ താമസിയാതെ അവൾ ഗർഭിണിയാകും.
2. അവൾ ഗർഭം അലസിയതായി സ്വപ്നം കണ്ടാൽ തന്റെ കഷ്ടതകൾ മാറിപ്പോകുന്നതാണ്.

ഗർഭിണി

1. പുരുഷൻ ഒരു ഗർഭിണിയെ സ്വപ്നം കണ്ടാൽ അയാളുടെ ഭാര്യ ഒരു പെൺകുട്ടിയെ പ്രസവിക്കും.
2. താൻ കിടന്നുറങ്ങുമ്പോൾ തന്റെ മുമ്പിൽ ഒരു ഗർഭിണി വന്ന് താമസിയാതെ പ്രസവിക്കുന്നതായി സ്വപ്നം കണ്ടാൽ താൻ പരിത്യജിച്ച ചിലത് തിരിച്ചെടുക്കുമെന്നറിയണം.

ഗരുഡൻ

ഗരുഡനെ സ്വപ്നം കണ്ടാൽ സങ്കടനിവൃത്തിയും നല്ല സമ്പാദ്യവും ഉണ്ടാവും.

ഗുഹ

1. ഒരു ഗുഹയ്ക്കുള്ളിൽ ഒരാൾ തനിച്ചിരിക്കുന്നതായോ തനിയെ നടക്കുന്നതായോ ഒരുവൻ സ്വപ്നം കണ്ടാൽ ധനനഷ്ടവും കാര്യവിഘ്നവും ദുസ്സഹമായ കഷ്ടതകളും ഉണ്ടാകും.
2. ഗുഹയിൽ തന്റെ സ്നേഹിതന്മാരെ കണ്ടതായി സ്വപ്നമുണ്ടായാൽ ആപത്കരമായ പല ദുരുപദിഷ്ടങ്ങളും സ്നേഹിതന്മാരുമായി വിരോധത്തിന് ഇടയാകും.

3. താൻ വെളിയിൽ ഇറങ്ങിപ്പോന്നുവെന്നു കണ്ടാൽ ഏതുവിധ ആപത്തും ഒഴിഞ്ഞുപോകുന്നതാണ്.

ഗൃഹംപണി

1. ഒരുവൻ ഗൃഹംപണി നടത്തിച്ചുകൊണ്ടിരിക്കുന്നതായി സ്വപ്നം കണ്ടാൽ ആഗ്രഹനിവൃത്തിയുണ്ടാകുന്നതാണ്.

2. ആ പണിയുന്ന ഗൃഹം തന്റേതായിട്ടാണെങ്കിൽ വിചാരിച്ച കാര്യം സാധിക്കുകയും ദ്രവ്യ വർദ്ധനവുണ്ടാകുകയും ചെയ്യും.

3. ഗൃഹം മുഴുവൻ വെള്ളം നിറഞ്ഞിരിക്കുന്നതായി കണ്ടാൽ അത് കഷ്ടാൽ കഷ്ടതരമെന്നേ പറയാവൂ.

ഗോപുരം

താൻ ഒരു ഗോപുരത്തിന്റെയോ മാളികയുടെയോ മലയുടെയോ മുകളിലേക്കു കയറിയതായി സ്വപ്നം കണ്ടാൽ ധനലാഭം, സൽക്കീർത്തി, ബഹുമാനം മുതലായവകൾ സിദ്ധിക്കുന്നതാണ്.

ഗൗളി

ഗൗളിയെ സ്വപ്നം കണ്ടാൽ കഷ്ടപ്പാടുകളിൽനിന്നും രക്ഷനേടുന്നതിനെ സൂചിപ്പിക്കുന്നു.

ഗ്രന്ഥകർത്താ

1. പ്രസിദ്ധന്മാരായ ഗ്രന്ഥകർത്താക്കന്മാരുമായി ഇടപെടുന്നുവെന്നു സ്വപ്നം കണ്ടാൽ പൊതുരംഗത്തും കലാകേന്ദ്രത്തും വ്യാപാരരംഗത്തും പൊതുജനക്ഷേമപ്രവർത്തനരംഗത്തും നിന്ന് ഉൽകൃഷ്ടരായ സ്നേഹിതന്മാരെ ലഭിക്കും.

2. ഒരു ഗ്രന്ഥകാരനാണ് താൻ എന്ന സ്വപ്നം ആദായകരവും ആഹ്ലാദകരവുമായ ഏതെങ്കിലും കലാവിദ്യകൾ നിങ്ങൾക്കു വശമാകും എന്നറിയുക.

ഘടികാരം

1. ഘടികാരത്തെയും അതിന്റെ മണിനാദത്തെയും സ്വപ്നം കണ്ടാൽ ആയതു ശുഭകരമാണ്.

2. മണിനാദം കേൾക്കുന്നതായി കണ്ടാൽ സ്ഥാനലബ്ധിയും സുഖജീവിതവും ഉണ്ടാകും.

ഘാതകൻ

ഘാതകനെ സ്വപ്നം കാണുന്നത് അനിഷ്ടകരമാണ്. ദുഃഖവാർത്ത കേൾക്കാനിടയാകും.

ചകിരി

ചകിരി സ്വപ്നം കണ്ടാൽ കച്ചവടലാഭം ഫലം

ചക്ക

സ്ത്രീകൾ ചക്കയെ സ്വപ്നം കണ്ടാൽ താമസിയാതെ വൈവാഹികജീവിതത്തിൽ പ്രവേശിക്കും.

ചക്കപ്പഴം

ചക്കപ്പഴം ഭക്ഷിച്ചതായി സ്വപ്നം കണ്ടാൽ അത് അശുഭകരമാണ്. ശരീരത്തിൽ പുണ്ണുകൾ ഉണ്ടാകും.

ചക്കര

ചക്കര സ്വപ്നം കാണുന്നയാൾ സകലരുടെയും സ്നേഹഭാജനമാകും.

ചക്ക്

ചക്കാട്ടുന്നത് സ്വപ്നം കണ്ടാൽ ദാരിദ്ര്യം മാറുകയില്ല.

ചതുപ്പുനിലം

1. ഒരു ചതുപ്പുനിലത്തിൽ ഇരിക്കുന്നതായി സ്വപ്നം കണ്ടാൽ അതു ക്ലേശങ്ങളെയും വൈഷമ്യങ്ങളെയും ഉണ്ടാക്കും.
2. ചതുപ്പുനിലത്തിൽനിന്നും രക്ഷപ്പെടാൻ ശ്രമിക്കുന്നതായി കണ്ടാൽ വാർദ്ധക്യത്തിൽ സുഖം ലഭിക്കും.

ചതുരംഗക്കളി

ചതുരംഗം കളിക്കുന്നതായി സ്വപ്നം കണ്ടാൽ മുഷ്ടിയുദ്ധം ചെയ്യാനിടയാകും.

ചത്തവർ

ചത്തുപോയവരെ സ്വപ്നം കാണുകയും അവരുമായി സംസാരിക്കുകയും ചെയ്തുവെന്നു സ്വപ്നം കണ്ടാൽ സൽകീർത്തിയുണ്ടാകും.

ചന്ദനം

ചന്ദനം സ്വപ്നം കാണുന്നത് കുടുംബകാര്യങ്ങളിൽ പല പരിഷ്കാരങ്ങളും വരുത്തുവാൻ പോകുന്നതിന്റെ സൂചനയാണ്.

ചന്ദ്രക്കല

തന്റെ സമീപമുള്ള ഒരു ശിവക്ഷേത്രത്തിലേക്ക് നടയ്ക്കു സമർപ്പിക്കാൻ ആഘോഷസമന്വിതം ഒരു ചന്ദ്രക്കല എഴുന്നള്ളിച്ചുകൊണ്ടുപോകുന്നതായി സ്വപ്നദർശനുണ്ടായാൽ അടുത്തുതന്നെ ആ സ്ഥലത്ത് ഒരു ലഹളയുണ്ടാകുകയും സ്നേഹിതന്മാരുമായി വാശി പിടിക്കയും അവരെ കുടുംബത്തിൽനിന്നും ബഹിഷ്കരിക്കയും ചെയ്യുമെന്നുള്ളതിനെ സൂചിപ്പിക്കുന്നു.

ചന്ദ്രഗ്രഹണം

തന്റെ തലയ്ക്കുചുറ്റും ചന്ദ്രഗ്രഹണം വ്യാപിച്ചിരിക്കുന്നതായി സ്വപ്നം ഉണ്ടായാൽ സൽക്കീർത്തിയുണ്ടാകും. തടവുപുള്ളിയാണ് ഈ സ്വപ്നം കാണുന്നതെങ്കിൽ അവൻ വേഗത്തിൽ ബന്ധനവിമുക്തനാകും.

ചന്ദ്രൻ

സ്വച്ഛമായ പാലൊളി നിലാവുവീശി ചന്ദ്രൻ പ്രകാശിക്കുന്നതായി സ്വപ്നം കാണുന്നത് ശുഭകരമാണ്. ബന്ധുക്കളും ധനവും വർദ്ധിക്കുന്നതാണ്.

ചന്ദ്രബിംബം

1. പ്രകാശിച്ചുകൊണ്ടിരിക്കെ ചന്ദ്രബിംബത്തെ മേഘം മറച്ചതായോ ഗ്രഹണം മൂലം മാറുന്നതായോ സ്വപ്നം കണ്ടാൽ തന്റെ വീട്ടിലുള്ള സ്ത്രീകളിൽ ഒരുത്തിക്കു രോഗബാധയുണ്ടാകും. അല്ലെങ്കിൽ കള്ളന്മാർ വീട്ടിൽ പ്രവേശിക്കും. ഒരു വഴിയാത്രക്കാരൻ ഈ സ്വപ്നം കണ്ടാൽ അയാൾക്ക് ആപത്തുണ്ടാകും.

2. ചന്ദ്രൻ മനുഷ്യമുഖത്തോടുകൂടി പ്രകാശിക്കുന്നതായി കണ്ടാൽ പുത്രഭാഗ്യവും ദ്രവ്യലാഭവുമുണ്ടാകും. സുവർണ്ണചന്ദ്രനെ സ്വപ്നം കണ്ടാലും ഈ ഫലം തന്നെ.

ചരട്

ചരടോ ടയിനോ സ്വപ്നം കണ്ടാൽ ഒരു പുതിയ കൈത്തൊഴിൽ തുടങ്ങുമെന്നും അതിൽനിന്നും ജീവിക്കാനുള്ള മാർഗ്ഗമുണ്ടാകുമെന്നും അറിയണം.

ചരുവം

1. ചരുവത്തിൽ വെള്ളമോ മറ്റു വല്ല ദ്രാവകമോ നിറയ്ക്കുന്നതായി സ്വപ്നം കണ്ടാൽ ജീവിതം സുഖസമൃദ്ധമായിരിക്കും.

2. ചരുവത്തിൽനിന്നും ദ്രാവകം മാറ്റുന്നതായി കണ്ടാൽ ദുഷ്കരമായ പല പ്രശ്നങ്ങളും പരിഹരിക്കും.

3. ചരുവത്തിൽവെച്ച് അലക്കുന്നതായി സ്വപ്നം കണ്ടാൽ ആത്മാർത്ഥതയുള്ള മിത്രങ്ങളും ഭാര്യാഭർത്താക്കന്മാരും ഉണ്ടാകും.

ചവറ്

1. ചവറിനെ സ്വപ്നം കണ്ടാൽ കാര്യശേഷിയും സ്ഥിരോത്സാഹവും മൂലം നിങ്ങൾ അഭിവൃദ്ധി പ്രാപിക്കും.

2. വെള്ളത്തിൽ ചവറുകൾ കൂട്ടിയിട്ടിരിക്കുന്നതായി കണ്ടാൽ കഷ്ടകാലം ആരംഭിച്ചിരിക്കുന്നുവെന്നറിയണം.

ചാട്ടം

1. ഉയരത്തിൽ ചാടുന്നതായി സ്വപ്നം കണ്ടാൽ എല്ലാവിധ ആഗ്രഹങ്ങളും സാധിക്കും.

2. പന്തിനോ അതുപോലെയുള്ള മറ്റു സാധനങ്ങൾക്കോ വേണ്ടി കുതിച്ചുചാടി പൊങ്ങുന്നതായി സ്വപ്നം കണ്ടാൽ നഷ്ടമാണെന്ന് വളരെക്കാലമായി വിശ്വസിച്ചിരുന്ന മൂലധനമുടക്കിൽനിന്ന് അത്യധികമായ ആദായം ലഭിക്കും.

ചാണകം മെഴുകുക

തന്റെ ഭാര്യയോ മറ്റു വല്ല സ്ത്രീയോ ചാണകമിട്ടു മെഴുകിക്കൊണ്ടിരിക്കുന്നതായി സ്വപ്നം കണ്ടാൽ തന്റെ മുതൽ കളവുപോകുമെന്നറിയുക.

ചാമ

ചാമ സ്വപ്നം കണ്ടാൽ തന്റെ കൃഷിയിൽ നല്ല വിളവുണ്ടാകുമെന്നറിയണം.

ചായ

1. ചായ ഉണ്ടാക്കുന്നതായി സ്വപ്നം കണ്ടാൽ ജീവിതസുഖമുണ്ടാകും.

2. ചായ കുടിക്കുന്നതായി കണ്ടാൽ ദീർഘായുസ്സുണ്ടാകും.

ചാൽ തിരിച്ചുവിടുക

കൃഷി ചെയ്യാൻ ഒരുവൻ വെള്ളം തിരിച്ച് ചാൽവഴി വിടുന്നതായി സ്വപ്നം കണ്ടാൽ ധനാഗമം ഉണ്ടാകുന്നതാണ്.

ചിത്രങ്ങൾ

1. ചിത്രങ്ങൾ നോക്കുന്നതായി സ്വപ്നം കണ്ടാൽ സകല പ്രതിബന്ധങ്ങളും നീങ്ങി പ്രണയം വർദ്ധിക്കും.

2. ഭൂപടമാണ് സ്വപ്നമെങ്കിൽ പലയിടങ്ങളിലും താമസിക്കേണ്ടിവരും.

ചിത്രപ്പണികൾ

ചിത്രപ്പണികൾ കാണുന്നതായി സ്വപ്നം കണ്ടാൽ നിങ്ങൾക്ക് എത്ര നിർദ്ദയന്മാരായ മേലധികാരികളെയും സന്തോഷിപ്പിക്കുവാൻ കഴിയും.

ചിത്രമെഴുത്ത്

1. എന്തിനെങ്കിലും നിങ്ങൾ ചായമിടുന്നതായി സ്വപ്നം കണ്ടാൽ നിങ്ങളുടെ പലപ്രകാരത്തിലുള്ള സ്വാധീനശക്തി അത്ഭുതകരമായി

വർദ്ധിക്കും.

2. ചായം മറിക്കുന്നതായി സ്വപ്നം കണ്ടാൽ നിങ്ങളുടെ കഴിവും സ്വാധീനശക്തിയും വേണ്ടത്ര പ്രയോജനപ്പെടുകയില്ല.

3. ചായം കൂട്ടിക്കലർത്തുന്നതായി സ്വപ്നം കണ്ടാൽ പിണങ്ങിപ്പിരിഞ്ഞിരിക്കുന്നവരെ തമ്മിൽ ഐക്യപ്പെടുത്തുവാനും സ്നേഹിക്കുവാനും കഴിയും.

ചിരി

1. താൻ മലർന്നുകിടന്ന് ചിരിക്കുന്നതായി കണ്ടാൽ ദുഃഖിക്കാനിടയാകും.

2. കുളിക്കുമ്പോഴോ കഥ വായിക്കുമ്പോഴോ ചിരിക്കുന്നതായി കണ്ടാൽ ഭാഗ്യോദയമാണ്.

3. മറ്റുള്ളവർ ചിരിക്കുവാൻ നിങ്ങൾ കാരണക്കാരനായിരിക്കുന്നുവെന്ന സ്വപ്നമുണ്ടായാൽ മൂലധനം മൂലം അത്യധികമായ ആദായം ഉണ്ടാകും.

ചിലന്തി

ചിലന്തിയെ സ്വപ്നം കണ്ടാൽ മൂലധനനഷ്ടവും യാത്രയിൽ അപകടവും ഉണ്ടാകുന്നതാണ്.

ചിറ്റുക്കുരുവി

ചിറ്റുക്കുരുവിയെ സ്വപ്നം കാണുന്നത് അത്യുത്തമമാകുന്നു. ഭാര്യാഭർത്താക്കന്മാർക്ക് അന്യോന്യം സ്നേഹം വർദ്ധിച്ചിരിക്കുമെങ്കിലും ആ ഇരിപ്പിൽ രണ്ടിലൊരാൾക്ക് മൃത്യു സംഭവിക്കാവുന്നതുമാകുന്നു.

ചിറ്റപ്പൻ

ചിറ്റപ്പനെ സ്വപ്നം കണ്ടാൽ കുടുംബസുഖവും ധനലാഭവും ഫലം.

ചീട്ടുകളി

1. ചീട്ടുകളിക്കുന്നതായി സ്വപ്നം കണ്ടാൽ മനസ്താപത്തിനു കാരണമാകും.

2. ചീട്ടുകളിയിൽ ജയിച്ചതായി പുരുഷൻ സ്വപ്നം കണ്ടാൽ അവന്റെ കാമുകിയും സ്ത്രീയാണ് കാണുന്നതെങ്കിൽ അവളുടെ കാമുകനും തമ്മിൽ വിവാഹം നടക്കുന്നതാണ്.

3. തോൽക്കുന്നതായി കണ്ടാൽ പരസ്പരം കാമുകീകാമുകന്മാർ ഉപേക്ഷിച്ചുപോകുന്നതുമാണ്.

ചുടുകാട്

ചുടുകാട്ടിൽ ശവത്തെ ദഹിപ്പിക്കുന്ന വിറകിനെ സ്വപ്നം കണ്ടാൽ വിവാഹാലോചനയ്ക്കിടവരും. അഥവാ ബന്ധുക്കളിൽ ആരെങ്കിലും

മരിച്ചതായിട്ടോ, കാരാഗൃഹത്തിൽ അകപ്പെട്ടതായോ കേൾപ്പാൻ ഇടയാവുകയോ ചെയ്യും.

ചുണ്ടുകൾ

1. പുരുഷൻ സ്ത്രീയുടേയോ സ്ത്രീ പുരുഷന്റെയോ ചുണ്ടുകൾ സ്വപ്നം കണ്ടാൽ ജീവിതം സുഖകരവും വിജയപ്രദവും ആയി ക്കഴിഞ്ഞു കൂടത്തക്കവണ്ണം നല്ല ഭാര്യയേയോ ഭർത്താവിനെയോ ലഭിക്കും.

2. ഒരു സ്ത്രീ തന്റെ സ്വന്തം ചുണ്ടുകൾ കണ്ടാൽ അവൾ സംഗീതം, നൃത്തം ചിത്രമെഴുത്ത് ആദിയായ സുകുമാരകലകളിൽ ഔന്നത്യം പ്രാപിക്കും. പുരുഷനാണ് ഈ സ്വപ്നം കാണുന്നതെങ്കിൽ അവന് വ്യാപാരപരാജയം ഉണ്ടാകും.

3. പുരുഷൻ മറ്റൊരു പുരുഷന്റെയോ സ്ത്രീ മറ്റൊരു സ്ത്രീയുടെയോ അധരങ്ങൾ സ്വപ്നം കണ്ടാൽ നിങ്ങളെക്കുറിച്ച് ദൗർഭാഗ്യകരമായ അപവാദം ജനങ്ങളുടെയിടയിൽ പ്രചരിക്കും.

ചുണ്ണാമ്പ്

ചുണ്ണാമ്പ് സ്വപ്നം കണ്ടാൽ ദാരിദ്ര്യം വർദ്ധിക്കുകയും കലഹം ഉണ്ടാകുകയും ചെയ്യും. രോഗികളാണ് കാണുന്നതെങ്കിൽ രോഗം ശമിച്ച് സുഖം കിട്ടും.

ചുമട്

1. ദുസ്സഹമായ ചുമട് താൻ ചുമക്കുന്നതായി സ്വപ്നം കണ്ടാൽ എല്ലാവിധത്തിലും നല്ല കാലം ഉണ്ടാകും.

2. ചുമട് മറ്റൊരാളുടെ തലയിലേക്ക് പകരുന്നതായി സ്വപ്നം കണ്ടാൽ ദൗർഭാഗ്യകരമായിരിക്കും.

ചുംബനം

താൻ അന്യനെയോ അന്യൻ തന്നെയോ ചുംബിച്ചതായി സ്വപ്നം കണ്ടാൽ തന്നെ നശിപ്പിക്കാൻ ശത്രുക്കൾ യത്നിച്ചുവരുന്നതായി വിചാരിക്കണം.

ചുരുട്ട്

ചുരുട്ട് വലിക്കുന്നതായി സ്വപ്നം കണ്ടാൽ ആരോഗ്യം നന്നാകുമെന്നറിയുക.

ചുവപ്പ്

ചുവപ്പുനിറം സ്വപ്നം കണ്ടാൽ ദീർഘായുസ്സും നല്ല ആരോഗ്യവും സാമ്പത്തികനേട്ടവും നല്ല ആനന്ദവും ഉണ്ടാവും.

ചുവപ്പില

ചുവപ്പില സ്വപ്നം കണ്ടാൽ പ്രണയസാഫല്യവും തന്മൂലം സുഖവും സന്തോഷവും ലഭിക്കുന്നതാണ്.

ചുവര്

1. നനഞ്ഞു വെടിച്ചിരിക്കുന്ന കുറിയ ഒരു ചുവരിൽ കൂടി താൻ നടന്നുപോകുന്നതായും അത് ഇടിഞ്ഞുപോയതായും സ്വപ്നം കണ്ടാൽ വലിയ കഷ്ടതയുണ്ടാകും. ഇടിഞ്ഞുവീഴാതെയും അപകടമുണ്ടാകാതെയും അതിൽനിന്ന് ഇറങ്ങിയതായി കണ്ടാൽ ജയവും ധനലാഭവും ഉണ്ടാകും.

2. ചുവരിന്മേൽ ഇരുന്നുകൊണ്ട് ഭക്ഷണം കഴിക്കുന്നതായി സ്വപ്നം കണ്ടാൽ ഉദ്യോഗലാഭമുണ്ടാകും.

ചുഴലിക്കാറ്റ്

ചുഴലിക്കാറ്റോ കൊടുങ്കാറ്റോ അടിക്കുന്നതായി സ്വപ്നം കണ്ടാൽ തൽക്കാലം ധനനാശവും പിന്നീട് ധനാഭിവൃദ്ധിയും ഉണ്ടാകും.

ചുറ്റിക

ചുറ്റിക സ്വപ്നം കണ്ടാൽ ഉടനെ ഉദ്യോഗം ലഭിക്കുന്നതാണ്.

ചുറ്റിസഞ്ചരിക്ക

ഒരു ഗൃഹമദ്ധ്യത്തിൽ താൻ ചുറ്റിസഞ്ചരിച്ചുകൊണ്ടിരിക്കുന്നതായി സ്വപ്നം കണ്ടാൽ ദൂരദേശ സഞ്ചാരം ചെയ്യേണ്ടതായി വരും.

ചൂടുവെള്ളം

1. ആവിപറക്കുന്ന ചൂടുവെള്ളം സ്വപ്നം കണ്ടാൽ ദുഃഖാനുഭവമുണ്ടാകും.

2. ചൂടുവെള്ളത്തിൽ കുളിക്കുന്നതായി കണ്ടാൽ ആ വെള്ളത്തിന് എത്രമാത്രം ചൂടുതോന്നുന്നുവോ അത്രയ്ക്ക് മനോദുഃഖം കൊണ്ടുള്ള കഷ്ടത ബന്ധുജനങ്ങൾക്കനുഭവപ്പെടും.

3. ദാഹത്താൽ താൻ ചൂടുവെള്ളം കുടിക്കുന്നതായി കണ്ടാൽ തന്റെ അക്ഷമയേയും കോപശീലത്തേയും ജനങ്ങൾ പഴിക്കാനിടയാകും. ആ വെള്ളത്തിന് എത്ര ചൂടുതോന്നുന്നുവോ അത്രയ്ക്ക് കഷ്ടതകൾ സംഭവിക്കുമെന്നും വെള്ളം തണുത്തതായി കണ്ടാൽ ശുഭഫലത്തെ ചെയ്യുന്നതുമാണ്.

ചൂതുകളി

താൻ ചൂതുകളിക്കുന്നതായി സ്വപ്നം കണ്ടാൽ കാര്യഹാനി, ധനനഷ്ടം മുതലായ ദോഷഫലം.

ചൂല്

ചൂല് (തുറപ്പ) സ്വപ്നം കണ്ടാൽ കുടുംബസൗഖ്യവും പ്രേമസാഫല്യവും ഫലം. പഴയ ചൂലായാൽ മനസ്സിലെ ആശകളൊന്നും സഫലമാകയില്ല.

ചൂളംവിളി

ചൂളം അടിക്കുന്നതായി സ്വപ്നം കണ്ടാൽ സമീപഭാവിയിൽ അഗ്നിബാധയോ കൊടുങ്കാറ്റോ ഉണ്ടാകും.

ചെകിടൻ

താൻ ചെവിപൊട്ടിയവൻ ആയിത്തീർന്നു കണ്ടാൽ ചില വഞ്ചകന്മാർ സ്വാർത്ഥതാല്പര്യത്തോടുകൂടി തന്നെ സ്നേഹിപ്പാൻ ആശിക്കുന്നുവന്നറിയണം.

ചെടി

1. ഏതെങ്കിലും ചെടി സ്വപ്നം കണ്ടാൽ കാമുകീകാമുകന്മാരുടെ സൗഭാഗ്യസൂചനയായിരിക്കുമത്.

2. തന്റെ വീട്ടിൽ ഭദ്രമായി സൂക്ഷിച്ചുവളർത്തിവരുന്ന ചെടികൾ കള്ളന്മാർ മോഷ്ടിച്ചുകൊണ്ടുപോയി എന്നു സ്വപ്നദർശനമുണ്ടായാൽ തന്റെ രഹസ്യസംഗതികൾ പരസ്യമായിത്തീരുന്നതാണ്.

3. പുഷ്പിച്ച ചെടിയെ കണ്ടാൽ സന്താനപ്രാപ്തിയുണ്ടാകുന്നതും പഴങ്ങളോടുകൂടിയ ചെടിയെ കണ്ടാൽ ദ്രവ്യലാഭവും സന്താനാഭിവൃദ്ധിയും ഉണ്ടാകും.

4. പച്ചക്കായകളോടുകൂടിയ ചെടിയെ കണ്ടാൽ കാര്യഹാനിയുണ്ടാകും.

ചെണ്ട

ചെണ്ട സ്വപ്നം കണ്ടാൽ യുദ്ധവാർത്തകൾ കേൾക്കാനിടയാകും.

ചെമ്പ്

ചെമ്പ് സ്വപ്നം കാണുന്നതായാൽ തന്റെ ഭാഗ്യകാലം ആസന്നമായതായി അറിയുക. ആത്മീയകാര്യങ്ങളിൽ ആസക്തിയും ഈശ്വരഭക്തിയും ഉണ്ടാകും.

ചെമ്പുപാത്രം

ഒരാൾ തനിക്ക് ചെമ്പുപാത്രത്തിൽ വെള്ളം തന്നതായി സ്വപ്നം കണ്ടാൽ പുത്രന്മാരുണ്ടാകുമെന്നും പാത്രം കയ്യിൽനിന്നു വഴുതി താഴെ വീണുപോയതായി കണ്ടാൽ തന്റെ ഇഷ്ടജനങ്ങൾക്ക് ക്ലേശം വർദ്ധിക്കുമെന്നും അറിയേണ്ടതാണ്.

ചെമ്പോത്ത് (ഉപ്പൻ)

ഈ പക്ഷിയെ സ്വപ്നം കണ്ടാൽ സർവ്വശുഭം ഫലം. ധനലാഭം, സന്താനവൃത്തി, സമ്പത്ത്, കാര്യജയം എന്നിവകളും ഫലം.

ചെമ്മരിയാട്

ചെമ്മരിയാടുകളെ സ്വപ്നം കണ്ടാൽ ആരോഗ്യവും കുടുംബസുഖവുമുണ്ടാകും.

ചെരുപ്പ്

1. പുതിയ ചെരുപ്പ് സ്വപ്നം കണ്ടാൽ ധനവർദ്ധനവും പഴയ ചെരുപ്പുകൾ കണ്ടാൽ കുടുംബസുഖവും ഫലം.
2. പുതിയ ചെരുപ്പുകൾ പാദത്തിൽ ഇട്ടതായി കണ്ടാൽ സ്ത്രീസംഭോഗവും പഴയ ചെരുപ്പിടുന്നതായി കണ്ടാൽ ദാരിദ്ര്യവും ഫലം.

ചെരുപ്പുകുത്തി

ജോലിചെയ്തുകൊണ്ടിരിക്കുന്ന ചെരുപ്പുകുത്തികളെ സ്വപ്നം കണ്ടാൽ ശുഭകരവും സൗഭാഗ്യവുമാണ്. വ്യാപാരസംബന്ധമായി അമിതമായ ലാഭവും പരിപൂർണ്ണമായ ദാമ്പത്യസുഖവും നല്ല സ്നേഹിതന്മാരുമായുള്ള സഹവാസവും ഉണ്ടാകുന്നതാണ്.

ചെവിക്കുത്ത്

താൻ ചെവിക്കുത്തുകൊണ്ട് വേദന അനുഭവിക്കുന്നതായി സ്വപ്നം കണ്ടാൽ ജീവിതവിജയമുണ്ടാകും.

ചെളിവെള്ളം

ചെളിനിറഞ്ഞ വെള്ളത്തിലിറങ്ങി നടക്കുന്നതായും പായലുകൾ കാലിൽ ചുറ്റിയതായും സ്വപ്നം കണ്ടാൽ ധനാഗമം വർദ്ധിക്കുന്നതാണ്.

ചെറുകിളി

ചെറിയ കിളികളെ സ്വപ്നം കണ്ടാൽ കാര്യലാഭത്തിന്റെ വർത്തമാനം താമസമെന്യെ കേൾപ്പാനിടയാകും.

ചെറുനാരങ്ങ

ചെറുനാരങ്ങ സ്വപ്നം കണ്ടാൽ ദേശസഞ്ചാരത്തിനിടയാകും. സഞ്ചാരവേളയിൽ ഒരാളെ വിവാഹം കഴിക്കുന്നതുമാകുന്നു.

ചെറുപ്രാണികൾ

ചെറുപ്രാണികളെ സ്വപ്നം കണ്ടാൽ നിങ്ങളുടെ ജോലിസ്ഥലത്ത് തുടർച്ചയായി അനേകം വിഷമതകൾ നേരിടേണ്ടതായിവരും.

ചേങ്ങില

ചേങ്ങില കൊട്ടുന്നതായി സ്വപ്നം കണ്ടാൽ അശുഭകരമാണ്. അതിന്റെ നാദം കേട്ട് ഞെട്ടുന്നതായി കണ്ടാൽ വ്യാപാരകാര്യത്തിൽ വലിയ നഷ്ടമുണ്ടാകും. ഏതാനും ചേങ്ങിലകളുടെശബ്ദം ഒരുമിച്ചുകേട്ടാൽ നഷ്ടപ്പെടുമെന്നു വിചാരിച്ച മൂലധനത്തിൽനിന്നും ആദായം ലഭിക്കും.

ചേമ്പ്

ചേമ്പ് സ്വപ്നം കണ്ടാൽ സമർത്ഥന്മാരായ സന്താനങ്ങൾ ഉണ്ടാകുമെന്നറിയുക.

ചേർച്ച

ഏതു സാഹചര്യത്തോടും തനിക്കു ചേർച്ചയുണ്ടെന്ന് സ്വപ്നം കണ്ടാൽ തന്റെ സാമ്പത്തിക ഭദ്രത വളരെക്കാലം നിലനിൽക്കുന്നതാണ്.

ചോറ്

1. ചോറ് സ്വപ്നം കണ്ടാൽ കാര്യസാധ്യമുണ്ടാകും.

2. ചോറ് താൻ ഉണ്ണുന്നുവെന്ന് സ്വപ്നം കണ്ടാൽ രോഗപീഡയുണ്ടാകും.

3. താൻ ചോറു വിളമ്പിയെന്നു കണ്ടാൽ ധനലാഭമുണ്ടാകും.

4. താൻ ചോറുവെച്ചു ചമച്ചുവെന്നു സ്വപ്നം കണ്ടാൽ സേവകവൃത്തി ലഭിക്കും. സ്ത്രീസംഭോഗം ലഭിക്കും.

5. മറ്റൊരാളെക്കൊണ്ട് ചോറു വെപ്പിച്ച് കൊണ്ടിരിക്കുന്നതായി കണ്ടാൽ ഉദ്യോഗലബ്ധിയുണ്ടാകും.

ഛർദ്ദി

1. അപ്പം തിന്നശേഷം താൻ ഛർദ്ദിച്ചതായി സ്വപ്നം കണ്ടാൽ മരണം വിദൂരമല്ലെന്നറിയണം.

2. തനിക്കു ഛർദ്ദിയോ വയറ്റിളക്കമോ സംഭവിച്ചതായി സ്വപ്നം കണ്ടാൽ ദരിദ്രർക്ക് ധനലാഭവും ധനവാന്മാർക്കു ദാരിദ്ര്യവും ഉണ്ടാകും. രണ്ടുനിലയിലും ചേരാത്ത സാധാരണർക്കു വ്യാധിപീഡയും ഉണ്ടാകും.

ഛായ

1. കണ്ണാടിയിലോ ജലത്തിലോ തന്റെ ഛായ പ്രതിബിംബിച്ചു കണ്ടതായി സ്വപ്നമുണ്ടായാൽ ജീവിതഗതിക്കു വലിയ മാറ്റമുണ്ടാകുന്നതാണ്.

2. ഒറ്റ വ്യക്തമായ പ്രതിരൂപമാണ് കണ്ടതെങ്കിൽ സാമ്പത്തികാഭി

വൃദ്ധിയും വികൃതമായ പ്രതിരൂപമായാൽ സാമ്പത്തികാധഃപതന വുമാണ് ഫലം.

ജന്മദിനം

1. സ്വന്തം ജന്മദിനം സ്വപ്നം കണ്ടാൽ സുദീർഘവും സൗഭാഗ്യ പ്രദവുമായ ജീവിതസുഖം അനുഭവിക്കും.

2. അന്യരുടെ ജന്മദിനം കണ്ടാൽ സ്നേഹിതന്മാരുടെ മേൽഗതിക്കു നിങ്ങൾ പ്രയത്നിക്കും.

3. ജന്മദിനസമ്മാനങ്ങൾ കൊടുക്കുന്നതായി കണ്ടാൽ മിത്രലാഭവും വാങ്ങിക്കുന്നതായി കണ്ടാൽ അനുമോദനവും അനുഭവപ്പെടും.

ജയിൽ

ജയിൽ സ്വപ്നം കണ്ടാൽ നിരാശയുണ്ടാകും.

ജലചലനം

കുളത്തിലോ പൊയ്കയിലോ ജലത്തിനു ചലനം ഇല്ലാതിരിക്കു ന്നതായി സ്വപ്നം കണ്ടാൽ മനസന്തുഷ്ടിയോടെ ജീവിക്കും.

ജലദാനം

ഒരാൾ തനിക്ക് ജലം തരുന്നതായും തരുന്ന പാത്രം ചെമ്പുപാത്ര മായും സ്വപ്നം കണ്ടാൽ പുത്രവൃദ്ധിയുണ്ടാകും. ആ പാത്രം കയ്യിൽ വാങ്ങുന്നതിനുമുമ്പ് തെറിച്ചു താഴെ വീഴുന്നതായി കണ്ടാൽ തന്റെ സ്നേഹിതന്മാർക്ക് കെടുതിയുണ്ടാകുന്നതുമാകുന്നു.

ജലപാനം

വെള്ളം കുടിക്കുന്നതായി സ്വപ്നം കണ്ടാൽ ആരോഗ്യം വർദ്ധി ക്കുന്നതാണ്.

ജലപ്രവാഹം

ഒരു ജലപ്രവാഹത്തെ താൻ സൂക്ഷിച്ചു നോക്കിക്കൊണ്ടിരിക്കുന്ന തായി സ്വപ്നം കണ്ടാൽ വിചാരിച്ചിരിക്കാതെ ധനലാഭം ഉണ്ടാകും.

ജലയാത്ര

ചലനരഹിതവും ശുദ്ധവുമായ നദിയിൽക്കൂടി പൊങ്ങുതടിയിൽ യാത്ര ചെയ്യുന്നതായി സ്വപ്നം കണ്ടാൽ നിശ്ചയിച്ച കാര്യം സാധി ക്കും. അഴുക്ക് അടഞ്ഞതായിരുന്നാൽ തനിക്ക് അനേകം രോഗ ങ്ങൾ ഉണ്ടാകുമെന്നും അറിയുക.

ജലശയനം

ജലത്തിൽ മീതെ പൊങ്ങിക്കിടന്ന് ഉല്ലാസമായി പോകുന്നുവെന്നു സ്വപ്നം കണ്ടാൽ തനിക്കു പ്രിയപ്പെട്ട അനേകം സ്നേഹിതന്മാ രോടുകൂടി സുഖമായി ജീവിതം നയിക്കാൻ ഇടയാകും.

ജാതകം

നിങ്ങളുടെ ജാതകത്തെപ്പറ്റി എന്തെങ്കിലും സ്വപ്നം കണ്ടാൽ മറ്റുള്ളവർ ചതിക്കുമെന്നറിയുക.

ജാതിക്കായ്

ജാതിക്കായ സ്വപ്നം കണ്ടാൽ ജീവിതമാർഗ്ഗത്തിൽ പല ഭേദഗതികളും ഭവിക്കുമെന്നറിയുക.

ജിപ്സികൾ

1. ജിപ്സികളെ സ്വപ്നം കണ്ടാൽ നിങ്ങളുടെ എല്ലാ പ്രവർത്തനങ്ങളിലും കർശനമായ വിമർശനമുണ്ടാകും.

2. ഒരു ജിപ്സി നിങ്ങളുടെ കൈ നോക്കുന്നതായി സ്വപ്നം കണ്ടാൽ നിങ്ങളുടെ മൃദുലമായ പ്രേമവികാരങ്ങൾക്കും അതിൽനിന്നുണ്ടാകുന്ന സുഖഭോഗങ്ങൾക്കുമിടയാകും.

ജിറാഫ്

ജിറാഫിനെ സ്വപ്നം കാണുന്നത് അത്യന്തം ശുഭകരം

ഞാറ

ഞാറപ്പക്ഷിയെ സ്വപ്നം കാണുന്നത് അന്ത്യന്തം ശുഭകരം.

ടർപ്പെന്റയിൻ

ടർപ്പെന്റയിൻ സ്വപ്നം കാണ്ടാൽ വിവാഹത്തിന്റെ സൂചകമാണ്.

ഡപ്പി

ഡപ്പി സ്വപ്നം കണ്ടാൽ നിങ്ങളുടെ ആരോഗ്യം കുറയുന്നുവെന്നും സമർത്ഥനായ ഒരു ഡോക്ടറെ കണ്ട് വിവരം പറയണമെന്നും അറിയുക.

ഡോക്ടർ

ഡോക്ടറെ സ്വപ്നം കണ്ടാൽ രോഗമുണ്ടാകും.

ഡാൻസ്

ഒരു ഡാൻസ് നടത്തുന്നതായി ഒരാൾ സ്വപ്നം കണ്ടാൽ പുരുഷനാണെങ്കിൽ ധനലാഭവും സ്ത്രീയാണെങ്കിൽ ഭർത്തൃലാഭവും ഫലമെന്നറിയുക.

തങ്കക്കട്ട

ഒരുവൻ തങ്കക്കട്ടയെ സ്വപ്നം കണ്ടാൽ ദാരിദ്ര്യം ഫലം.

തടവ്

1. മറ്റൊരാളെ ഏതോ കുറ്റത്തിന് തടവിലാക്കിയതായി സ്വപ്നം കണ്ടാൽ തനിക്കുള്ള സ്വാധീനശക്തിക്ക് കുറവുണ്ടാകുമെന്നറിയുക.

2. തന്നെ തടവിലാക്കിയതായി സ്വപ്നം കണ്ടാൽ അധികാരവൃദ്ധിയും സഭാപൂജ്യതയും ഉണ്ടാകുന്നതാണ്.

തടാകം

1. ശുദ്ധമായ തടാകങ്ങളോ നദികളോ നീർച്ചാലുകളോ സ്വപ്നം കണ്ടാൽ വിചാരിച്ച കാര്യം തടസ്സം കൂടാതെ സാധിക്കും. ദേഹാരോഗ്യവുമുണ്ടാകും.

2. മേൽപ്പറഞ്ഞ ജലാശയങ്ങളിലെ ജലം കലങ്ങിയതോ അശുദ്ധമോ ആണെങ്കിൽ കാര്യസാധ്യത്തിന് തടസ്സം ഉണ്ടാവുകയും രോഗമുണ്ടാകുകയും ചെയ്യും.

തത്ത

തത്തയെ സ്വപ്നം കണ്ടാൽ അശുഭവാർത്ത കേൾക്കാനിടയാകും.

തപസ്സ്

ഊണും ഉറക്കവും ഉപേക്ഷിച്ച് വെയിലും മഴയും മഞ്ഞുംകൊണ്ട് രാപകലില്ലാതെ തപസ്സു ചെയ്യുന്നതായി സ്വപ്നം കണ്ടാൽ അവൻ ലോകോപകാരം ചെയ്യുന്നവൻ ആയിത്തീരും.

തലവേദന (തലക്കുത്ത്)

തലവേദന സ്വപ്നം കണ്ടാൽ കച്ചവടകാര്യങ്ങളിൽ സൂക്ഷിക്കണം.

തവള

തവളയെ സ്വപ്നം കാണുന്നത് ശുഭോദർക്കമായ കാര്യമാണ്. തവളകളുടെ ശബ്ദം സ്വപ്നത്തിൽ കേട്ടാൽ വ്യാപാരത്തിൽ അഭിവൃദ്ധിയും വിവാഹസുഖവും പരിപൂർണ്ണമായ ആരോഗ്യവും സിദ്ധിക്കുന്നതാണ്.

തവി

ഒഴിഞ്ഞ തവി സ്വപ്നം കണ്ടാൽ ദാരിദ്ര്യത്തെയും നിറഞ്ഞ തവി സമൃദ്ധിയെയും കുറിക്കുന്നു.

തവിട്ടുനിറം

തവിട്ടുനിറത്തെ ഒരാൾ സ്വപ്നം കണ്ടാൽ അനാവശ്യവും അകാരണവും ആയ കുറ്റാരോപണത്തിനിടയാകും. എങ്കിലും താമസിയാതെ അതിൽനിന്ന് മോചനം ലഭിക്കും. തവിട്ടുനിറത്തിലുള്ള കണ്ണുകൾ കണ്ടാൽ പ്രകൃതിരമണീയമായ കാഴ്ചകൾ കാണുവാനിടയാകും.

തല

1. തന്റെ തല വലുതായിരിക്കുന്നുവെന്നോ ഉയർന്നിരിക്കുന്നുവെന്നോ സ്വപ്നം കണ്ടാൽ തലക്കുത്തും പനിയും വർദ്ധിക്കും.

2. തന്റെ തലയെ മറ്റൊരാൾ വെട്ടാൻ വന്നതായി സ്വപ്നം കണ്ടാൽ ഭാര്യയ്ക്കോ കുട്ടികൾക്കോ കഷ്ടതയുണ്ടാകും.

3. പശുവിന്റെയോ പട്ടിയുടെയോ തലയെ താൻ വെട്ടിയതായി സ്വപ്നം കണ്ടാൽ ഐശ്വര്യാഭിവൃദ്ധിഫലം.

4. സിംഹം, കരടി, പുലി മുതലായ ക്രൂരജന്തുക്കളുടെ തലപോലെ തന്റെ തല ഇരിക്കുന്നതായി കണ്ടാൽ ജയം ഫലം.

5. കുതിര, നായ, കഴുത ഇവയുടെ തലപോലെ തന്റെ തല ഇരിക്കുന്നതായി കണ്ടാൽ ദേശസഞ്ചാരം ചെയ്യാൻ ഇടയാകും.

6. തന്റെ തലയെ തേച്ചുകഴുകിക്കൊണ്ടിരിക്കുന്നതായി സ്വപ്നം കണ്ടാൽ വന്നുകൂടിയ ആപത്തുകൾ താനേ നീങ്ങുമെന്നും അറിയുക.

തല ചിരച്ചവൻ

തല ചിരച്ച പുരുഷനെ സ്വപ്നം കണ്ടാൽ ദാരിദ്ര്യമോ മഹാരോഗമോ സംഭവിക്കും.

തലപരന്നവൻ

പരന്ന തലയുള്ളവനെ സ്വപ്നം കണ്ടാൽ ധനലാഭവും ദേഹസുഖവുമുണ്ടാകും.

തലമുടി

1. തന്റെ തലമുടി ചീപ്പുകൊണ്ട് കോതിമിനുക്കിക്കൊണ്ടിരിക്കുന്നതായി സ്വപ്നം കണ്ടാൽ നിശ്ചയിച്ച കാര്യങ്ങൾ നിറവേറുമെന്നറിയുക.

2. തലമുടി ജടപിടിച്ചിരിക്കുന്നതായി സ്വപ്നം കണ്ടാൽ ധനനഷ്ടവും ദൂരദേശസഞ്ചാരവും ഉണ്ടാകുന്നതാണ്.

തലമുടി വളർത്തിയവൻ

സ്ത്രീകളെപ്പോലെ തലമുടി വളർത്തിയ പുരുഷനെ സ്വപ്നം കണ്ടാൽ ദാരിദ്ര്യവും മഹാരോഗവും പിടിപെടും.

തളർച്ച

താൻ ഒന്നിനും ശക്തിയില്ലാതെ തളർന്നുപോയി എന്ന് സ്വപ്നം കണ്ടാൽ കുടുംബാഭിവൃദ്ധിയുണ്ടാകും.

താടി

തന്റെ താടി നീണ്ടിരിക്കുന്നതായി സ്വപ്നംകണ്ടാൽ അഭിവൃദ്ധിയുണ്ടാകും.

താണജാതി

താൻ കുറഞ്ഞജാതിയിൽ ജനിച്ചതായി സ്വപ്നം കണ്ടാൽ വിശേ

ഷലാഭം ഉണ്ടാകും.

താംബൂലം

1. വെറ്റിലക്കൂട്ടിനെ (താംബൂലത്തെ) സ്വപ്നം കണ്ടാൽ ധനലാഭം ഉണ്ടാകും.

2. താൻ വെറ്റില മുറുക്കിയതായി സ്വപ്നം കണ്ടാൽ സ്നേഹിത ന്മാരോടു വിരോധം ഉണ്ടാകും.

3. താഴെ വീണുകിടക്കുന്ന വെറ്റിലപാക്ക് കൈകൊണ്ട് എടുത്ത തായി സ്വപ്നം കണ്ടാൽ കാര്യക്ഷയം ഉണ്ടാകും.

താഴ്

1. ഒരു പൂട്ട് തുറക്കുന്നതായി സ്വപ്നം കാണുന്നത് സർവ്വപ്രതിബ ന്ധങ്ങളും തരണം ചെയ്വാൻ സാധിക്കുന്നതിന്റെ സൂചകമാണ്.

2. ഒരു പൂട്ട് തുറക്കാൻ സാധിക്കുന്നില്ല എന്നുള്ള സ്വപ്നം വിദൂര വിജയത്തെ സൂചിപ്പിക്കുന്നതുമാണ്.

താറാവ്

1. താറാവിനെ സ്വപ്നം കാണുന്നത് ശുഭമാണ്. വിശ്വസ്തനായ ഒരു ഉത്തമസ്നേഹിതനെ ഉടനെ ലഭിക്കുന്നതാണ്.

2. താറാവ് വെള്ളത്തിൽ നീന്തിക്കൊണ്ടിരിക്കുന്നതായി കണ്ടാൽ കച്ചവടസംബന്ധമായി ധനലാഭമുണ്ടാകും.

തിമ്പീൾ

സ്ത്രീ തിമ്പീൾ സ്വപ്നം കണ്ടാൽ വിവാഹത്തെയും പുരുഷൻ കണ്ടാൽ അനുരാഗത്തെയും കുറിക്കുന്നു.

തിണ്ടാടി

താൻ ഒരു തെണ്ടി (തിണ്ടാടി) ആയിപ്പോയി എന്നോ അല്ല അപ്ര കാരമുള്ളവരെ സ്നേഹിച്ചുവെന്നോ സ്വപ്നം കണ്ടാൽ കെടുതി സംഭവിക്കുന്നതാണ്.

തീ കത്തുക

1. തന്റെ ദേഹം തീ കത്തി എരിഞ്ഞതായും തീപ്പൊള്ളൽ കൊണ്ട് വേദന അനുഭവിക്കുന്നതായും സ്വപ്നം കണ്ടാൽ അവൻ രോഗി യായി കഷ്ടപ്പെടും.

2. വിളക്കോ തീപ്പെട്ടിയോ താൻ കത്തിച്ചു നല്ല പ്രകാശത്തോടു കൂടി കത്തുന്നതായി സ്വപ്നം കണ്ടാൽ വംശവർദ്ധനവും സന്താന വർദ്ധനവും ഉണ്ടാകും.

3. ഗ്രാമമോ ദേശമോ പട്ടണമോ തീ കത്തിയാളുന്നതായി സ്വപ്നം കണ്ടാൽ ക്ഷാമബാധയോ സാംക്രമികരോഗമോ കൊണ്ട് നാട്ടിലെ

പ്രഭുക്കന്മാർ കഷ്ടത്തിലാകും.

തീപിടുത്തം

1. വീടിന് തീ പിടിച്ച് അതിന്റെ ഒരു ഭാഗവും ദഹിക്കാതെ പുകയും തീപ്പൊരിയും പറക്കുന്നതായി സ്വപ്നം കണ്ടാൽ ധനലാഭവും രാജസമ്മാനവും തനിക്കു ലഭിക്കുന്നതാണ്.

2. തന്റെ വീടിന്റെ പിൻഭാഗത്ത് തീപിടിച്ചിരിക്കുന്നതായി സ്വപ്നം കണ്ടാൽ ബന്ധുക്കളായ സ്ത്രീജനങ്ങളിൽ ആർക്കെങ്കിലും മരണം അടുത്തിരിക്കുന്നുവെന്നറിയണം.

3. ബന്ധുക്കളോ സ്നേഹിതന്മാരോ ആയവരുടെ ഉടുവസ്ത്രത്തിൽ തീപിടിച്ചിരിക്കുന്നതായി സ്വപ്നം കണ്ടാൽ രോഗമാണ് ഫലം.

4. കൂട്ടിയിട്ടിരിക്കുന്നതായ ധാന്യത്തിന് തീപിടിച്ചിരിക്കുന്നതായി കണ്ടാൽ കൃഷിനാശം സംഭവിക്കും.

5. കിടക്കുന്ന കട്ടിൽ തീപിടിച്ചെരിയുന്നതായി സ്വപ്നം കണ്ടാൽ ഭാര്യ രോഗിണിയായിത്തീരും. സ്ത്രീയാണ് ഈ സ്വപ്നം കാണുന്നതെങ്കിൽ ഭർത്താവ് രോഗഗ്രസ്തനായി കഷ്ടത്തിലാകും.

തീപ്പൊള്ളൽ

കാലിലെ വിരലുകൾ തീപ്പൊള്ളി എരിയുന്നതായി കണ്ടാൽ ആരംഭിച്ച കാര്യങ്ങൾ മുടങ്ങിപ്പോകുന്നതാണ്.

തീർത്ഥം

താൻ നല്ല തീർത്ഥം കുടിച്ചതായി സ്വപ്നം കണ്ടാൽ മേൽക്കുമേൽ അഭിവൃദ്ധിയുണ്ടാകും.

തുടയ്ക്കുക

1. തുണിയോ തൊപ്പിയോ മറ്റെന്തെങ്കിലുമോ തുടയ്ക്കുന്നതായി സ്വപ്നം കണ്ടാൽ അഭിനന്ദനത്തിനും അനുമോദനത്തിനും അർഹനാകത്തക്കവിധം എല്ലാ പ്രവർത്തികളും വിജയകരമായിത്തീരും.

2. പല്ലോ മുടിയോ വൃത്തിയാക്കുന്നതായി കണ്ടാൽ ഐശ്വര്യാഭിവൃദ്ധിയുണ്ടാകും.

തുമ്മൽ

താൻ തുമ്മിയതായി സ്വപ്നം കണ്ടാൽ എന്തെല്ലാം കഷ്ടതകൾ സംഭവിച്ചാലും അവ ഒഴിഞ്ഞുമാറി ഫലവത്തായി തീരുന്നതാണ്.

തുലുക്കൻ

തുലുക്കനെ സ്വപ്നംകണ്ടാൽ ഭയമുണ്ടാകും.

തുഴ

1. നിങ്ങൾ തണ്ടുവലിച്ചു തുഴയുന്നതായി സ്വപ്നം കണ്ടാൽ വിഷ

മകരങ്ങളായ പ്രശ്നങ്ങളും പ്രവർത്തനങ്ങളും നിങ്ങളുടെ കഠിന മായ പ്രയത്നംകൊണ്ട് ഫലപ്രാപ്തിയിലെത്തും.

2. തുഴകൾ നിങ്ങളുടെ കൈയിൽനിന്നും വഴുതി വെള്ളത്തിൽപോ യതായി കണ്ടാൽ ഉദ്ദിഷ്ടകാര്യങ്ങൾ ഒന്നും സാധിക്കയില്ല.

തൂക്കിക്കൊല

മറ്റൊരാളെ തൂക്കിക്കൊന്നതായിട്ടോ തന്നെ തൂക്കാനായി വിധിച്ച തായിട്ടോ സ്വപ്നം കണ്ടാൽ ശുഭഫലം. അഭിവൃദ്ധി ഉണ്ടാകും.

തേക്കുമരം

1. തേക്കുമരത്തെ സ്വപ്നം കണ്ടാൽ വിവാഹജീവിതത്തിന്റെ സൗഭാ ഗ്യത്തെയും സൽസന്താനലാഭത്തെയും സൂചിപ്പിക്കുന്നു.

2. തേക്കുമരത്തണലിൽ വിശ്രമിക്കുന്നതായി കണ്ടാൽ നിങ്ങളുടെ വ്യാപാരഇടപാടുകൾ വിജയപ്രദമാകും.

3. മരത്തിൽനിന്നും കായ്കൾ പറിക്കുന്നതായി കണ്ടാൽ സുഖസ മൃദ്ധിയോടുകൂടി ദീർഘായുസ്സായി ജീവിച്ചിരിക്കും.

4. തേക്ക് ഉരുപ്പടികൾകൊണ്ട് വീട്ടുസാമാനങ്ങൾ സ്വപ്നം കണ്ടാൽ ധനസമൃദ്ധിമൂലം സുഖഭോഗങ്ങൾ അനുഭവിക്കും.

തേനീച്ച

1. തേനീച്ചയെ സ്വപ്നം കണ്ടാൽ വ്യാപാരസംബന്ധമായും ഉദ്യോ ഗസംബന്ധമായും അഭിവൃദ്ധിയുണ്ടാകും.

2. തേനീച്ചയുടെ ഹുങ്കാരശബ്ദം കേൾക്കുന്നതായി സ്വപ്നദർശ നമുണ്ടായാൽ അനുമോദനങ്ങൾക്കിടയാകും.

3. നിങ്ങൾക്ക് അഭിമുഖമായി തേനീച്ച വരുന്നതായി കണ്ടാൽ പ്രേമ ത്തിലും മറ്റുജീവിതപന്ഥാവിലും വിജയം ഉണ്ടാകും.

4. നിങ്ങളിൽനിന്നും പറന്നുപോകുന്ന തേനീച്ച എതിരാളികളുടെ പരാജയത്തെ കുറിക്കുന്നു.

5. തേനീച്ച കുത്തിയതായി സ്വപ്നം കണ്ടാൽ അന്യരിൽനിന്നുള്ള ഉപദ്രവങ്ങൾ നേരിടുകയില്ലെന്നറിയണം.

6. ചത്ത തേനീച്ചയെ കണ്ടാൽ ആശ സഫലമാകയില്ലെന്നറിയണം.

7. തേനീച്ച തേൻ സംഭരിക്കുന്നതായി കണ്ടാൽ വ്യാപാരത്തിൽ ധനലാഭമുണ്ടാകും.

8. വീടിന്റെ പുറകുവശത്തു തേനീച്ച കൂടുവെച്ചിരിക്കുന്നതായി കണ്ടാൽ വളരെ അശുഭകരമാകുന്നു.

9. തേനീച്ച പറന്നുയരുന്നതായി കണ്ടാൽ ധനവാന്മാർക്കു ധനന ഷ്ടവും ദരിദ്രർക്കു മേന്മയും ഉണ്ടാകും.

തേൾ

തേളുകൾ വീട്ടിലേക്ക് പോയ്ക്കൊണ്ടിരിക്കുന്നുവെന്നു കണ്ടാൽ കാര്യജയം. അവ വീട്ടിൽ കടന്നിരിക്കുന്നുവെന്നു കണ്ടാൽ അനിഷ്ടഫലം. അവ ചുറ്റും കിടക്കുന്നതായോ കെട്ടുപെട്ടുകിടക്കുന്നതായോ കണ്ടാൽ രോഗപീഡയോ ജയിൽവാസമോ ഭവിക്കുന്നതും അവയെ അടിക്കുന്നതായി കണ്ടാൽ ശത്രുജയവും ഫലം.

തൈർക്കുടം

1. തൈർ നിറച്ച കുടം സ്വപ്നം കണ്ടാൽ അഭിവൃദ്ധികരമായ ലാഭം ഉണ്ടാകും.

2. തൈർക്കുടം എടുത്തുകൊണ്ടുപോകുന്നതായി കണ്ടാൽ അനേകം കുടുംബപോഷകനാകാൻ ഇടയാകും.

തൈർചോറ്

1. തൈർചോറ് ഭക്ഷിച്ചതായി സ്വപ്നം കണ്ടാൽ രോഗമുണ്ടാകും.

2. തൈർ കുടിച്ചതായി കണ്ടാൽ രാജസമ്മാനവും സൽക്കീർത്തിയുമുണ്ടാകും.

തൊപ്പി

പുതിയ തൊപ്പി സ്വപ്നം കണ്ടാൽ ഒരു പുതിയ സ്നേഹിതനെ ലഭിക്കും. പഴയ തൊപ്പി കണ്ടാൽ ദൂരദേശത്തുപോയിരിക്കുന്ന ഒരു സ്നേഹിതൻ പെട്ടെന്ന് മടങ്ങിവരും.

തൊഴിൽശാല

1. തൊഴിൽശാലയിലെ ചൂളംവിളി കേൾക്കുന്നതായി സ്വപ്നദർശനമുണ്ടായാൽ നിങ്ങൾക്ക് സമീപഭാവിയിൽ നല്ല കാലം വരുന്നുണ്ടെന്നറിയണം.

2. ചിമ്മിനിയിൽ നിന്നും പുക പൊങ്ങുന്നതു കണ്ടാൽ അടുത്ത വർഷം നിങ്ങൾക്ക് സർവവിധത്തിലും സുഖവും സന്തോഷവും സംതൃപ്തിയും ഉണ്ടാകും.

തോക്ക്

1. തോക്കിൽനിന്നും വെടി കേൾക്കുന്നതായി സ്വപ്നദർശനമുണ്ടായാൽ അന്യദേശത്തു ഉയർന്നപദവി ലഭിക്കും.

2. വൃത്തികേടായി തോക്കു പിടിച്ചിരിക്കുന്നതായി കണ്ടാൽ അശുഭവാർത്ത കേൾക്കും.

3. തോക്കുകൾ അട്ടിവച്ചിരിക്കുന്നതായി കണ്ടാൽ വിഷമപ്രശ്നങ്ങൾ നിങ്ങളെ അഭിമുഖീകരിക്കുന്നതാകുന്നു.

തോട്ടത്തിൽ ഉലാത്തുക

പൂന്തോട്ടത്തിൽ ഉലാത്തുന്നതായി കണ്ടാൽ സൗഖ്യമുണ്ടാകും.

തോണി

തോണി സ്വപ്നം കണ്ടാൽ കോപിച്ച് അവിവേകം പ്രവർത്തിച്ച് അപകടത്തിനിടയാക്കും.

തോണിയാത്ര

തോണിയിൽ യാത്ര ചെയ്യുമ്പോൾ തോണി മറിഞ്ഞ് വെള്ളത്തിൽ താഴ്ന്നുപോയതായി സ്വപ്നം കണ്ടാൽ വിദേശയാത്രയ്ക്കിടയാകുമെന്ന് അറിയണം.

തോൽവി

ഏതെങ്കിലും തോൽവിയെപ്പറ്റി സ്വപ്നം കണ്ടാൽ എല്ലാ കാര്യങ്ങളിലും പരിപൂർണ്ണമായ വിജയം സിദ്ധിക്കും.

ത്രാസ്

ത്രാസ് സ്വപ്നം കണ്ടാൽ നിങ്ങൾക്ക് സുഖകരമായ അവധിക്കാലം കിട്ടുകയും ജീവിതത്തിൽ ഉന്നതി ലഭിക്കുകയും ചെയ്യും.

ദന്തം

ദന്തസാധനങ്ങളെ സ്വപ്നം കണ്ടാൽ നിങ്ങൾക്ക് സുഖകരമായ അവധിക്കാലം കിട്ടുകയും ജീവിതത്തിൽ ഉന്നതി ലഭിക്കുകയും ചെയ്യും.

ദഹനക്കേട്

ദഹനക്കേട് നിമിത്തം ഛർദ്ദിയോ വയറിളക്കമോ ഉണ്ടായതായി സ്വപ്നദർശനമുണ്ടായാൽ ദരിദ്രർക്കു ധനലാഭവും ധനവാന്മാരെങ്കിൽ അവർക്ക് ദാരിദ്ര്യവും ഉണ്ടാകും. രണ്ടുനിലയിലും ചേരാതുള്ളവർക്കു രോഗവും ഫലമാണ്.

ദാഹം

ദാഹത്തിന് തണുത്ത വെള്ളം കുടിക്കുന്നതായി സ്വപ്നം കണ്ടാൽ ശുഭവും താൻ ചൂടുവെള്ളം കുടിക്കുന്നതായി കണ്ടാൽ തന്റെ ക്ഷമകേടിനെയും കോപത്തെയും ലോകർ പഴിക്കാനിടവരും. എത്ര ചൂടു കൂടുന്നുവോ അത്ര കഷ്ടതകൾ സംഭവിക്കുന്നതാണ്.

ദീപം

1. വിളക്കോ ദീപയഷ്ടിയോ താൻ കത്തിക്കുകയും അത് നല്ല പ്രകാശത്തോടുകൂടി കത്തുകയും ചെയ്യുന്നതായി സ്വപ്നം കണ്ടാൽ സന്തതിവർദ്ധനവ് ഉണ്ടാകുന്നതാണ്.

2. മനുഷ്യർ നിറഞ്ഞിരിക്കുന്ന ഒരു സഭയിൽ താൻ ദീപം കൊളു

ത്തിക്കൊണ്ടുവരുന്നതായി സ്വപ്നം കണ്ടാൽ സൽക്കീർത്തിയുണ്ടാകും.

3. താൻ ഒരു തോണിയിൽ ഇരിക്കുന്നതായും അകലെയുള്ള തീരഭൂമികളിൽ വിളക്കുകൾ കത്തുന്നതായും സ്വപ്നദർശനമുണ്ടായാൽ യാതൊരു കഷ്ടനഷ്ടങ്ങളും ഉണ്ടാകാതെ സുഖസ്ഥിതിയിൽ ഇരിക്കുന്നതാണ്.

ദീപയഷ്ടി

1. ദീപയഷ്ടി, വിളക്ക് മുതലായവ നല്ല പ്രകാശത്തോടുകൂടി കത്തിയെരിയുന്നതായി സ്വപ്നം കണ്ടാൽ വിചാരിച്ച കാര്യം സാധിക്കും. സന്താനവൃദ്ധി, ദ്രവ്യലാഭം, അവിവാഹിതരായ പുരുഷന്മാരോ സ്ത്രീകളോ ആണെങ്കിൽ വേഗം വിവാഹബന്ധം ഉണ്ടാകയും ദീർഘായുസ്സുള്ള സന്താനത്തെ ലഭിക്കയും ചെയ്യും. വ്യാപാരികളാണ് ഈ സ്വപ്നം കാണുന്നതെങ്കിൽ വിശേഷലാഭവും കീർത്തിയുമുണ്ടാകും.

2. മേൽപ്പറഞ്ഞ ദീപയഷ്ടിയോ ദീപമോ വേണ്ടത്ര പ്രകാശിക്കാതെ മങ്ങി എരിയുന്നതായി കണ്ടാൽ രോഗമുണ്ടാകുമെന്നും ആ രോഗം താമസമെന്യേ സുഖപ്പെടുമെന്നും അറിയേണ്ടതാണ്.

3. എരിഞ്ഞുകൊണ്ടിരിക്കുന്ന ദീപയഷ്ടിയോ വിളക്കോ താൻ കയ്യിലെടുത്തു പിടിക്കുന്നതായി കണ്ടാൽ ആപത്തുകൾ നീങ്ങും. ബന്ധുക്കളുടെ ചേർച്ചയുണ്ടാകും.

4. ദീപയഷ്ടിയോ വിളക്കോ മറ്റൊരുവൻ പിടിച്ചിരിക്കുന്നതായി സ്വപ്നം കണ്ടാൽ തനിക്കു വിരോധമായിരിക്കുന്നവൻ ആരോ അവനെ സർക്കാരിന്റെ ആളുകൾ ശിക്ഷിക്കും. ആ ദീപം മങ്ങികത്തുന്നതായി തോന്നുന്നുവെങ്കിൽ ആ വിരോധിയെ പിടികിട്ടാതെ പോയ്പ്പോയാലും അവനു വലിയ കഷ്ടപ്പാടുകൾ അനുഭവിക്കേണ്ടിവരും.

5. ഒരു വിളക്കോ ദീപയഷ്ടിയോ താൻ കത്തിക്കുന്നതായും അത് നല്ല തെളിവോടെ പ്രകാശിക്കുന്നതായും സ്വപ്നം കണ്ടാൽ വംശാഭിവൃദ്ധി, സൽസന്താനലബ്ധി എന്നിവ ഉണ്ടാകും.

6. ഈ സ്വപ്നം ഒരു സ്ത്രീ കണ്ടാൽ അവൾക്ക് വേഗത്തിൽ ഗർഭം ഉണ്ടാകും. നല്ല വിശേഷഗുണമുള്ള കുഞ്ഞിനെ പ്രസവിക്കുന്നതുമാണ്.

ദീപസ്തംഭം

1. ദീപസ്തംഭത്തെ സ്വപ്നം കണ്ടാൽ സർവ്വകാര്യജയവും മനപ്രീതിയും ഉണ്ടാകും.

2. ഒരു ദീപസ്തംഭത്തിൽ കയറുന്നതായി കണ്ടാൽ മറ്റുള്ളവരെ സഹായിക്കത്തക്ക ഉയർന്ന പദവി നിങ്ങൾക്കുണ്ടാകും.

ദുർഗന്ധം

താൻ ദുർഗന്ധം അനുഭവിക്കുന്നുവെന്നു സ്വപ്നം കണ്ടാൽ തന്റെ സർവ്വസംഗതികളും പരാജയത്തിൽപ്പെടും.

ദുഃഖം

ദുഃഖിക്കുന്നതായി കിനാവുകണ്ടാൽ ഒരു സന്തോഷവാർത്ത കേൾപ്പാനിടയാകും.

ദേവത

ദേവതമാരെ സ്വപ്നം കാണുന്നത് വ്യാപാരാഭിവൃദ്ധിക്കും കുടുംബസൗഭാഗ്യത്തിനും എതിരായ പ്രതിബന്ധങ്ങളെല്ലാം നീങ്ങുന്നതിന്റെ സൂചകമായിരിക്കും.

ദേവാലയം

1. ദേവാലയത്തെ സ്വപ്നം കാണുന്നത് കലഹം ഉണ്ടാകാൻ ഇടയാകും. അതിൽ പ്രതിഷ്ഠിച്ചിരിക്കുന്ന ദേവനെ പൂജിക്കുന്നതായി കണ്ടാൽ കോർട്ടു വ്യവഹാരവും താൻ ആരംഭിച്ച കാര്യങ്ങൾക്കു തടസ്സവും വ്യാപാരത്തിൽ നഷ്ടവും ഫലം.

2. ദേവാലയം സ്വപ്നം കണ്ടാൽ ദൈവസഹായമുണ്ടാകുമെന്നും മനഃസംതൃപ്തിയും സമാധാനവും സന്തോഷവും ഉണ്ടാകുന്നതാണെന്നും മതാന്തരങ്ങൾ.

ദേവാലയസന്നിധി

നിങ്ങൾ ദേവാലയസന്നിധിയിൽ പ്രാർത്ഥിക്കുന്നതായി സ്വപ്നം കണ്ടാൽ നിങ്ങൾക്കോ നിങ്ങളുടെ ഏതെങ്കിലും ഉറ്റമിത്രത്തിനോ ഉടനെ വിവാഹബന്ധത്തിൽ ഏർപ്പെടേണ്ടിവരുന്നതാണ്.

ദേഹോപദ്രവം

1. ഒരാൾ ഒരുത്തനെ കത്തികൊണ്ട് കുത്തി ദേഹപീഡ ചെയ്തതായി സ്വപ്നം കണ്ടാൽ നിങ്ങൾക്കുണ്ടാകേണ്ട ആപത്ത് ഒഴിഞ്ഞു മാറിപോകുന്നതാണ്.

2. കത്തി മുതലായ ആയുധങ്ങളാൽ തന്നെ ആരെങ്കിലും പ്രഹരിച്ചതായി കണ്ടാൽ സൽക്കീർത്തിയുണ്ടാകും.

ദൈവം

സർവ്വലോകനിയന്താവായ ദൈവം ഏകനും അദ്വയനും സർവ്വശക്തനും ആണെന്നും ജാതിമതാദിമത്സരബുദ്ധി വെടിഞ്ഞ് ദൈവത്തെ ശരണം പ്രാപിക്കണം എന്നും ലോകത്തോട് ഉപദേ

ശിക്കുന്നതായി സ്വപ്നം കണ്ടാൽ അയാൾ ത്യാഗിയും ഈശ്വര സാമീപ്യത്തിന് അർഹനുമായിത്തീർന്നിരിക്കുന്നുവെന്നറിയുക.

ദൈവഭക്തൻ

ദൈവഭക്തനെ സ്വപ്നം കാണുന്നത് ശാന്തിയും സമാധാനവും നിറഞ്ഞ ജീവിതത്തിന്റെ സൂചകമാണ്.

ദൈവമാഹാത്മ്യം

താൻ ദൈവമാഹാത്മ്യങ്ങളെ ദിവസേന പാടിപ്പുകഴ്ത്തുന്നതായി സ്വപ്നം കണ്ടാൽ ഈശ്വരാനുഗ്രഹം അവനു സാധ്യമായിക്കൊണ്ടിരിക്കുന്നതായി അറിയണം.

ദോശ

ദോശ സ്വപ്നം കണ്ടാൽ ദീർഘായുസ്സും ആരോഗ്യവും സംതൃപ്തിയും ഉണ്ടാകുന്നതാണ്.

ദ്വന്ദ്വയുദ്ധം

വലിയ ഒരു ദ്വന്ദ്വയുദ്ധം സ്വപ്നം കണ്ടാൽ വ്യാപാരത്തിൽ വലിയ മത്സരമുണ്ടാകുമെന്നും അന്ത്യത്തിൽ നിങ്ങൾതന്നെ വിജയിക്കുമെന്നും അറിയുക.

ദ്വീപ്

ദ്വീപിലേക്ക് പോകുന്നതായുള്ള സ്വപ്നം വരാൻപോകുന്ന അപകടത്തെ സൂചിപ്പിക്കുന്നു.

ധനം

ധനവാനാണ് നിങ്ങൾ എന്ന് സ്വപ്നം കണ്ടാൽ അനേകവർഷം ദാരിദ്ര്യം അനുഭവിക്കും. വളരെ കാലങ്ങൾ കഴിഞ്ഞശേഷമേ സുഖജീവിതം ഉണ്ടാകുകയുള്ളൂ.

ധാന്യം

1. വയലിൽ ധാന്യം വിളഞ്ഞുകിടക്കുന്നതായി സ്വപ്നം കണ്ടാൽ ഉത്തമ സ്നേഹിതന്മാരിൽ നിന്നും നിങ്ങൾക്കു സുഖവും സന്തോഷവും ലഭിക്കും.
2. ധാന്യത്തെ സ്വപ്നം കണ്ടാൽ നിങ്ങളുടെ അടുത്ത കൃഷി നന്നായിരിക്കും.
3. വയലിൽ ധാന്യം കിടക്കുന്നതായി സ്വപ്നം കണ്ടാൽ നിങ്ങൾക്ക് വലിയ അഭിവൃദ്ധിയുണ്ടാകും.

ധാന്യങ്ങൾ മുളയ്ക്കാത്ത നിലം

1. ധാന്യങ്ങൾ മുളയ്ക്കാത്ത നിലം ഉഴുതിട്ടിരിക്കുന്നതായി കണ്ടാൽ

പുത്രാദികൾ അന്യന്മാരിൽ ആരോടെങ്കിലും കലഹിപ്പാനിടവരും.

2. വിവാഹം അടുത്തിരിക്കുന്ന പുരുഷനോ, സ്ത്രീയോ ഈ സ്വപ്നം കണ്ടാൽ ആ വിവാഹം നടക്കുകയില്ല.

3. വിവാഹിതരായ സ്ത്രീപുരുഷന്മാരാണ് ഈ സ്വപ്നം കണ്ടതെങ്കിൽ ദുഃഖവും ദുസ്സന്താനലാഭവും ഫലം.

4. വ്യാപാരികളാണ് ഈ സ്വപ്നം കണ്ടതെങ്കിൽ വ്യാപാരനഷ്ടമുണ്ടാകുന്നതാണ്.

ധാന്യപ്പുര

1. ധാന്യപ്പുരയെ സ്വപ്നം കണ്ടാൽ സാമ്പത്തികമായ പല കഴിവുകളും നിങ്ങൾക്കുണ്ടാകും.

2. ധാന്യപ്പുരയിൽ കന്നുകാലികളും കുതിരകളും കോഴിക്കുഞ്ഞുങ്ങളും നിറഞ്ഞിരിക്കുന്നതായി സ്വപ്നം കണ്ടാൽ നിങ്ങളുടെ ഉപദേശങ്ങളും നിർദ്ദേശങ്ങളും എല്ലാവരും സ്വീകരിക്കും.

3. ഒഴിഞ്ഞ ധാന്യപ്പുരയായാൽ ഒരു പദ്ധതിയും വിജയിക്കില്ല.

4. ധാന്യപ്പുരയ്ക്ക് തീ പിടിച്ചിരിക്കുന്നുവെന്നു സ്വപ്നം കണ്ടാൽ ദുഃഖവാർത്ത കേൾപ്പാനിടയാകും.

ധാന്യവർഗ്ഗങ്ങൾ

1. തന്റെ ദേഹം മുഴുവൻ ധാന്യങ്ങൾ പൊതിഞ്ഞിരിക്കുന്നതായി സ്വപ്നം കണ്ടാൽ ദ്രവ്യലാഭം ഉണ്ടാകും.

2. ഗോതമ്പ്, നെല്ല്, അരി, ഉഴുന്ന്, കടല എന്നീ ധാന്യങ്ങളെ സ്വപ്നം കാണുന്നത് അത്യന്തം ശുഭകരമാകുന്നു.

ധാന്യശേഖരം

ധാന്യവർഗ്ഗങ്ങളെ ശേഖരിച്ചിരിക്കുന്നതായി സ്വപ്നം കാണുന്നത് നിങ്ങൾ ആരോഗ്യവാനാണെന്നതിനെ സൂചിപ്പിക്കുന്നു.

ധാരാളിത്തം

ആവശ്യത്തിൽ കവിഞ്ഞ് എന്തും തനിക്കുണ്ടെന്ന് സ്വപ്നം കണ്ടാൽ ആപത്തുകാലത്തേക്ക് സമ്പാദിച്ചു വയ്ക്കണമെന്നു മനസ്സിലാക്കണം.

നക്ഷത്രം

1. ആകാശത്തിൽ നക്ഷത്രങ്ങൾ തെളിഞ്ഞുശോഭിക്കുന്നതായി സ്വപ്നം കണ്ടാൽ അഭിവൃദ്ധിയുണ്ടാകുകയും ശുഭവാർത്ത കേൾക്കാനിടയാവുകയും ചെയ്യും.

2. മേഘം മറച്ചിട്ടോ മറയ്ക്കാതെയോ ഒന്നുകഴിഞ്ഞ് ഒന്നായിട്ട് നക്ഷത്രം മിന്നിവിളങ്ങുന്നതായി കണ്ടാൽ ഫലം കഷ്ടകരമായിരിക്കും.

3. നക്ഷത്രം ഉണ്ടോ ഇല്ലയോ എന്ന് സംശയിക്കത്തക്കവണ്ണം മങ്ങലോടെ പ്രകാശിക്കുന്നതായി ധനവാന്മാർ സ്വപ്നം കണ്ടാൽ ദരിദ്രരായും ദരിദ്രർ കണ്ടാൽ അതിദീനരായും തീരും.
4. നക്ഷത്രങ്ങൾ ഉണ്ടോ ഇല്ലയോ എന്നു സംശയിക്കത്തക്ക മങ്ങിയ ആകാശത്തെ കുറ്റവാളിയായ ഒരുവൻ സ്വപ്നം കണ്ടാൽ കുറ്റത്തിൽനിന്നും അവനു രക്ഷനേടാൻ കഴിയും.
5. ഏതെങ്കിലും ഒരു വീട്ടിൽ നക്ഷത്രം പ്രകാശിക്കുന്നതായി സ്വപ്നം കണ്ടാൽ ആ വീട്ടുകാർക്ക് ആപത്തു സംഭവിക്കും.
6. നക്ഷത്രം എറിഞ്ഞ് വീട്ടിലുള്ളവർക്ക് ആപത്തു സംഭവിച്ചതായി കണ്ടാൽ അവർക്ക് വ്യാധി സംഭവിക്കുകയോ വീടിന് അഗ്നിഭയമുണ്ടാകുകയോ അത് രണ്ടുമല്ലെങ്കിൽ ആ വീടുവിട്ട് സ്വപ്നം കണ്ട ആൾ ഒഴിഞ്ഞുപോകേണ്ടിവരികയോ ചെയ്യും.
7. നക്ഷത്രത്തിന് വാൽവീശിയതായി:- വാൽനക്ഷത്രത്തെ സ്വപ്നം കണ്ടാൽ കാണുന്നവന് ആപത്തു സംഭവിക്കും. ലോകത്ത് ക്ഷാമം ബാധിക്കും. രോഗപീഡകളും സംഭവിക്കും.

നങ്കൂരം

നങ്കൂരത്തെ സ്വപ്നം കണ്ടാൽ കർമ്മധീരത, സാമ്പത്തികഭദ്രത എന്നിവകൾ ഉണ്ടാകും.

നഗ്നൻ

താൻ വസ്ത്രബന്ധമില്ലാതെ ഇരിക്കുന്നതായി സ്വപ്നം കണ്ടാൽ ദാരിദ്ര്യം, അപകീർത്തി എന്നിവകൾ ഫലം

നഗ്നപാദം

ചെരിപ്പിടാതെ നടക്കുന്നതായി സ്വപ്നം കണ്ടാൽ ഇപ്പോഴുള്ള സ്നേഹിതന്മാരിൽനിന്നും അകന്നുമാറുമെന്നതിന്റെ സൂചനയാണ്.

നടക്കാവ്

റോഡിന്റെ ഇരുവശങ്ങളിലുമുള്ള ചോലമരങ്ങളുടെ തണലിൽകൂടി നടന്നുപോകുന്നതായി സ്വപ്നം കണ്ടാൽ ബന്ധുക്കളുടെ സഹായസഹകരണങ്ങളോടുംകൂടി എല്ലാവിധ ഐശ്വര്യങ്ങളുമുണ്ടാകും.

നടവഴി

താൻ നടക്കുന്നവഴി ഇടുങ്ങിയതും വൃത്തികെട്ടതും ആൾക്കൂട്ടത്തിൽ ഞെരുങ്ങിയതും ആയി സ്വപ്നം കണ്ടാൽ തനിക്ക് വലിയ കഷ്ടനഷ്ടങ്ങൾ സംഭവിക്കുന്നതാണ്. നേരെമറിച്ച് വളരെ വീതിയുള്ളതായി കാണപ്പെട്ടാൽ ജീവനവിഷയം ഫലിക്കുന്നതും എല്ലാവർക്കും പ്രിയങ്കരനായി മര്യാദയോടുകൂടി ജീവിക്കാനിടവരുന്നതു

മാണ്.

നടീനടന്മാർ

1. നടീനടന്മാരെ സ്വപ്നം കാണുന്നത് അധികതരമായ സുഖഭോഗത്തിനിടയാകും.

2. നിങ്ങൾ ഒരു നടനോ നടിയോ ആണെന്നു സ്വപ്നം കണ്ടാൽ സർവ്വകാര്യസിദ്ധി ഫലം.

നട്ടുച്ച

1. ഒരാൾ നട്ടുച്ചയ്ക്ക് നടന്ന് ക്ഷീണിച്ചു വരുന്നതായി കണ്ടാൽ ഭർത്തൃകലഹത്താൽ വേറിട്ടുപോകും.

2. പുരുഷനാണ് കാണുന്നതെങ്കിൽ നാടുവിട്ടു പോകുകയോ മറ്റു സ്ഥലങ്ങളിൽ അലഞ്ഞുതിരിഞ്ഞു കഷ്ടപ്പെടുകയോ ചെയ്യും.

3. സൂര്യൻ നീലാകാശമദ്ധ്യസ്ഥനായി നിൽക്കുന്നുവെന്നു സ്വപ്നം കണ്ടാൽ അയാൾക്ക് ഉദ്യോഗലബ്ധിയുണ്ടാകും.

4. ഒരുവൻ ഉത്സവസമയത്ത് തന്റെ സ്നേഹിതനുമായി യാത്ര ചെയ്യുന്നതായും മാർഗ്ഗമദ്ധ്യേ ഒരു സുന്ദരിയുമായി പരിചയപ്പെട്ട് അവളിൽ അനുരക്തനാകുകയും ചെയ്തു എന്നു കണ്ടാൽ ഒരു വർഷത്തിനുള്ളിൽ ഒരു സുന്ദരിയെ കല്യാണം കഴിക്കുന്നതാണ്.

നദി

1. നദികളോ ശുദ്ധജല തടാകങ്ങളോ നീർച്ചാലുകളോ സ്വപ്നം കണ്ടാൽ താൻ വിചാരിച്ച കാര്യം തടസ്സംകൂടാതെ സാധിക്കും. ദേഹാരോഗ്യവും ഉണ്ടാകും.

2. മേൽപ്പറഞ്ഞ ജലാശയങ്ങളിലെ ജലം അശുദ്ധമായതോ കലങ്ങിയതോ ആണെങ്കിൽ കാര്യസാധ്യത്തിന് തടസ്സം വരികയോ രോഗമുണ്ടാകുകയോ ചെയ്യും.

നഷ്ടശിഷ്ടം

കെട്ടിടത്തിന്റെ അവശിഷ്ടങ്ങളിൽക്കൂടി അലഞ്ഞുതിരിയുന്നതായി സ്വപ്നം കണ്ടാൽ ധനത്തിന് കുറവുണ്ടാകും.

നാടകം

നാടകം സ്വപ്നം കണ്ടാൽ ജീവിതസൗഭാഗ്യം സിദ്ധിക്കും.

നായ്

1. നായയെ സ്വപ്നം കാണുന്നത് ശുഭമാണ്.

2. നായ തന്റെ അടുക്കലേക്കു വരുന്നതായി സ്വപ്നം കണ്ടാൽ ആത്മസ്നേഹിതന്മാരെ തനിക്കു ലഭിക്കും.

3. നായ് തന്നോടൊന്നിച്ച് ചുറ്റിനടക്കുന്നതായിട്ടാണ് സ്വപ്നമെങ്കിൽ ഏതെല്ലാം ആപത്തുകൾ വന്നാലും അവയെ പ്രയാസം കൂടാതെ

ഇല്ലായ്മ ചെയ്യാനുള്ള സ്നേഹിതന്മാർ തനിക്കുണ്ടായിരിക്കും എന്ന റിയുക.

4. നായ് തന്നെ നോക്കി കുരക്കുന്നതായി കണ്ടാൽ ഏതെങ്കിലും കാരണവശാൽ പ്രധാന സ്നേഹിതൻ വിരോധപ്പെടുന്നതാണ്.

5. നായ് കടിച്ചതായി സ്വപ്നം കണ്ടാൽ സ്നേഹിതന്റെ വിരോധം ഉണ്ടാകുന്നതാണ്.

നാരപ്പക്ഷി

സ്വപ്നം കണ്ടാൽ അത്യന്തം ശുഭഫലം. (ഞാറപ്പക്ഷിയെന്നും പറയും)

നാവിക ഉദ്യോഗസ്ഥൻ

1. കപ്പൽ ജോലിയുള്ള ഏതെങ്കിലും ഒരുവനെ സ്വപ്നം കണ്ടാൽ വ്യാപാരസംബന്ധമായും സാമൂഹ്യമായും വിജയാഭിവൃദ്ധിയും ഉദ്യോഗക്കയറ്റവും ഫലം.

2. ഒരു യുവതിയാണ് ഈ സ്വപ്നം കാണുന്നതെങ്കിൽ ഭാര്യ മരിച്ച ഒരു ധനവാനുമായി വൈവാഹികബന്ധം പുലർത്തും.

നിദ്ര

1. ഒരാൾ ഉറങ്ങുന്നതായി സ്വപ്നം കണ്ടാൽ അയാൾ താമസിയാതെ മരിക്കുമെന്നോ കഠിനമായ രോഗങ്ങൾക്കടിപ്പെടുമെന്നോ അറിയുക.

2. താനോ മറ്റൊരാളോ കൂർക്കം വലിച്ചുറങ്ങുന്നതായി കണ്ടാൽ ജീവിതസുഖമുണ്ടാകും.

നിലമുഴുക

താൻ നിലമുഴുന്നതായി സ്വപ്നം കണ്ടാൽ കാര്യവിഘ്നവും മറ്റൊരാൾക്ക് മരണവും ഫലം.

നിലാവ്

നിലാവ് സ്വപ്നം കണ്ടാൽ ഉടനെ പ്രണയബന്ധത്തിൽ ഏർപ്പെടുമെന്നറിയുക

നിർമ്മലാകാശം

മേഘം കൊണ്ടോ മഞ്ഞുകൊണ്ടോ യാതൊരു മറവുമില്ലാതെ നിർമ്മലമായ ആകാശത്തെ സ്വപ്നം കണ്ടാൽ ശുഭകരം. കീർത്തി, ഉദ്ദേശസാധ്യം എന്നിവകൾ ഉണ്ടാകും. ശത്രുക്കൾ ശത്രുത വെടിഞ്ഞ് വണങ്ങും. നഷ്ടപ്പെട്ട ധനം തിരിച്ചുകിട്ടും. വ്യവഹാര കാര്യങ്ങളിൽ വിജയമുണ്ടാകും.

നീന്തുക

1. വെള്ളത്തിൽ തലയുയർത്തിപ്പിടിച്ചുകൊണ്ട് നീന്തുന്നതായി

കണ്ടാൽ നിങ്ങൾ വിചാരിച്ച കാര്യങ്ങൾ വിഘ്നംകൂടാതെ സാധിക്കുന്നതാണ്.

2. വെള്ളത്തിന് മീതെ കിടന്ന് ഉല്ലാസമായി യാത്ര ചെയ്യുന്നുവെന്ന് സ്വപ്നം കണ്ടാൽ തന്റെ ആത്മസുഹൃത്തുമായി സസുഖം വസിക്കുവാനിടയാകും.

3. വെള്ളത്തിൽ പൊങ്ങിക്കിടക്കുന്നതായി സ്വപ്നം കണ്ടാൽ പരിപാടികൾ പരാജയപ്പെടും.

നീർച്ചാൽ

നീർച്ചാലുകളോ ജലം ഒഴുകുന്ന നദികളോ സ്വപ്നം കണ്ടാൽ വിചാരിച്ചിരിക്കുന്ന കാര്യം പ്രയാസംകൂടാതെ സാധിക്കും.

നീലക്കല്ല്

അപ്രതീക്ഷിതങ്ങളായ ഭാഗ്യങ്ങളുടെ സൂചനയാണ് നീലക്കല്ല് സ്വപ്നം കാണുന്നത്. ഒരു നീലക്കല്ലു ധരിച്ചിരിക്കുന്നതായി ഒരു സ്ത്രീ സ്വപ്നം കണ്ടാൽ അവൾ ഭർത്തൃസുഖം അനുഭവിക്കും. തന്റെ കാമുകി നീലക്കല്ലു ധരിച്ചിരിക്കുന്നതായി പുരുഷൻ സ്വപ്നം കണ്ടാൽ അവരുടെ വിവാഹം വേഗത്തിൽ നടക്കുകയും സുഖവും സന്തോഷവും അനുഭവിക്കാനിടയാവുകയും ചെയ്യും.

നീലനിറം

1. നീലനിറം സ്വപ്നം കണ്ടാൽ കുടുംബസുഖവും സ്നേഹവും ലഭ്യമാകും.

2. നീലക്കണ്ണുകൾ ആത്മാർത്ഥമായ പ്രേമത്തെയും നീലാകാശം സന്തോഷത്തെയും നീലവസ്തുക്കൾ ഉത്തമൻമാരായ സ്നേഹിതന്മാരെയും സൂചിപ്പിക്കുന്നു.

നൂൽനൂൽപ്പ്

നൂൽ നൂൽക്കുന്നതായി സ്വപ്നം കണ്ടാൽ നൂതനസ്നേഹിതന്മാരിൽനിന്നും ആപത്തുണ്ടാകും.

നൃത്തം

1. നിങ്ങൾ നൃത്തം കാണുന്നുവെന്നു സ്വപ്നം കണ്ടാൽ അനുരാഗപരമായ വിജയവും അപ്രതീക്ഷിതവും അഭിനന്ദനാർഹവുമായ ഉദ്യോഗക്കയറ്റവും ഉണ്ടാകുന്നതാണ്.

2. ഒരാൾ പിശാചുക്കളോടുകൂടി നൃത്തം വെച്ച് വെള്ളത്തിൽ വീണതായി സ്വപ്നം കണ്ടാൽ അയാൾ ഭ്രാന്തുപിടിച്ചു മരിക്കുന്നതാണ്.

നെയ്യ്

നെയ്യ് ഭക്ഷിക്കുന്നതായി സ്വപ്നം കണ്ടാൽ സ്നേഹിതന്മാർ വർദ്ധിക്കും.

നെല്ല്

മലകളിൽ കൃഷി ചെയ്ത് നെല്ല് കൊയ്തുവെച്ചിട്ടുള്ളതായി സ്വപ്നം കണ്ടാൽ താൻ ഏറ്റവും പ്രയാസപ്പെട്ടു സമ്പാദിച്ച ധനം കൊണ്ടു സന്തുഷ്ടനായി ഭവിക്കുന്നതാണ്.

നെല്ലിക്ക

പച്ച നെല്ലിക്ക സ്വപ്നം കണ്ടാൽ ആരോഗ്യത്തെയും ഉണക്ക നെല്ലിക്ക രോഗത്തെയും കാണിക്കുന്നു.

നേരം വൈകുക

നേരം വൈകിയതായി കാണുന്നത് അശുഭമാണ്.

നേഴ്സ്

നേഴ്സിനെ സ്വപ്നം കാണുന്നതായാൽ നീണ്ടുനിൽക്കുന്ന ഒരു രോഗത്തിന് വശംവദനായിത്തീരും.

നേതാവ്

താൻ ഒരു സംഘത്തിന്റെ നേതാവായതായി സ്വപ്നം കണ്ടാൽ ഉടനെ ഉദ്യോഗക്കയറ്റം ലഭിക്കുന്നതാണ്.

നൊണ്ടി

1. താൻ ഒരു നൊണ്ടി (ചടന്തൻ) ആയിത്തീർന്നുവെന്നു കണ്ടാൽ വളരെ കഷ്ടത ഉണ്ടാകുമെന്നും അതിൽനിന്നും രക്ഷ പ്രാപിക്കാൻ സാധ്യമല്ലെന്നും അറിയണം.

2. കാൽ ഒടിഞ്ഞതായി കണ്ടാൽ ബന്ധുക്കളുടെയോ ഭാര്യയുടെയോ പ്രേരണയ്ക്കു വശംവദനായി കെടുതി അനുഭവിക്കുന്നതാണ്.

ന്യായവാദം

1. ഭാര്യയോ ഭർത്താവോ തങ്ങൾ ന്യായവാദം ചെയ്യുന്നുവെന്ന് സ്വപ്നം കണ്ടാൽ സാഹസികശീലത്തെ നിയന്ത്രിക്കേണ്ടതാണ്.

2. തന്റെ മേലധികാരിയുമായി വാദപ്രതിവാദം നടത്തുന്നതായി കണ്ടാൽ തുച്ഛമായ ലാഭത്തെ സൂചിപ്പിക്കുന്നു.

3. അയൽവീട്ടുകാരുമായിട്ടാണെങ്കിൽ നല്ല സ്നേഹിതന്മാരെ കിട്ടും.

4. കൂടെയുള്ള സഹപാഠികളുമായിട്ടാണെങ്കിൽ ഉയർന്ന ഉദ്യോഗ ലാഭം ഉണ്ടാകും.

പക്ഷാഘാതം

പക്ഷാഘാതം പിടിപെട്ടിരിക്കുന്നതായി സ്വപ്നം കണ്ടാൽ ആരോഗ്യവും പ്രവർത്തന സാമർത്ഥ്യവും വർദ്ധിക്കും.

പക്ഷി

1. പക്ഷികൾ പറന്ന് ദൂരത്തേക്ക് പോകുന്നായി കണ്ടാൽ ധനവാനു

ദാരിദ്ര്യവും ദരിദ്രർക്ക് ദ്രവ്യലാഭവും ഫലം.

2. കൂട്ടിൽ അടച്ചിട്ടിരിക്കുന്ന പക്ഷികളെ താൻ കൂടു തുറന്നു വെളിയിൽ വിടുന്നതായി സ്വപ്നം കണ്ടാൽ ചിന്തിച്ച കാര്യം സാധിക്കുകയും ദ്രവ്യലാഭം ഉണ്ടാകുകയും ചെയ്യും.

3. പക്ഷികൾ ഇരതേടി സഞ്ചരിക്കുമ്പോൾ അവയെ വലവെച്ചോ മറ്റുവിധത്തിലോ പിടിച്ചുവെന്നു കണ്ടാൽ ധനലാഭമുണ്ടാകും.

4. പറക്കുന്ന പക്ഷികളെ സ്വപ്നം കണ്ടാൽ നല്ല ആരോഗ്യം, ആരോഗ്യകരമായ കുടുംബജീവിതം എന്നിവ ഫലം.

5. നിശ്ചലമായിരിക്കുന്ന പക്ഷികളെ കണ്ടാൽ ശാന്തസുഖത്തെയും കൊല്ലപ്പെടുന്ന പക്ഷിസ്ഥാനഭ്രംശത്തെയും ഭാര്യാമരണത്തെയും സൂചിപ്പിക്കുന്നു.

പക്ഷിക്കൂട്

1. യാദൃച്ഛികമായി തനിക്ക് ഒരുപക്ഷിക്കൂട് കിട്ടിയതായും അതിൽ കുഞ്ഞുങ്ങളോ മുട്ടകളോ ഇരിപ്പുണ്ടോ എന്നു പരിശോധിക്കുന്നതായും കണ്ടാൽ ജീവിതം സുഖകരമായിരിക്കും.

2. പക്ഷിക്കൂടിനായി താൻ ഓടുന്നതായും കൂടു ലഭിച്ചതായും അതിൽ മുട്ടകളോ കുഞ്ഞുങ്ങളോ ഇല്ലാതെ ഇരുന്നതായും സ്വപ്നം കണ്ടാൽ കിട്ടേണ്ട ലാഭം നഷ്ടപ്പെടുന്നതാണ്.

3. മുട്ടകൾ ഉള്ള പക്ഷിക്കൂടു കിട്ടിയതായി സ്വപ്നം കണ്ടാൽ ധനലാഭമുണ്ടാകും.

4. വീടിന്റെ വടക്കുവശത്തോ, അതിരുങ്കലോ മുട്ടയുള്ള പക്ഷിക്കൂടു കാണുകയും അതിന കൂടോടുകൂടിയോ മുട്ടകൾ മാത്രമായോ എടുത്തെറിഞ്ഞതായി സ്വപ്നം കണ്ടാൽ ദാരിദ്ര്യവും ഫലം.

5. പറവ പ്രായമാകാത്ത കുഞ്ഞുപക്ഷികൾ ഇരിക്കുന്ന കൂട് താൻ എടുത്തതായി സ്വപ്നം കണ്ടാൽ വ്യവഹാരത്തിൽ ഇടപെടുകയും അപജയം സംഭവിക്കുകയും ചെയ്യും.

പക്ഷിമുട്ടകൾ

1. അസംഖ്യം പക്ഷിമുട്ടകളെ സ്വപ്നം കണ്ടാൽ തൊട്ടതെല്ലാം സ്വർണ്ണമായിത്തീരും. ധാരാളം ധനമുണ്ടാകും.

2. പക്ഷിമുട്ടകൾ ഭക്ഷിക്കുന്നതായി കണ്ടാൽ ദാരിദ്ര്യം സംഭവിക്കും.

പച്ച

പച്ചനിറത്തെ സ്വപ്നം കാണുന്നത് മൂലധനത്തിൽനിന്ന് അധികമായ ആദായവും പണമിടപാടുകൾകൊണ്ട് വലുതായ ധനവർദ്ധനവും സന്താനസൗഭാഗ്യവും ഉണ്ടാകുന്നതാണ്.

പച്ചക്കായ

പച്ചക്കായുള്ള ചെടികളെ സ്വപ്നം കണ്ടാൽ കാര്യവിഘ്നം ഉണ്ടാ

കാനിടവരും.

പച്ചക്കാള

ഒരു രോഗി പച്ചക്കാളയെ സ്വപ്നം കണ്ടാൽ വൈദ്യനെ മാറി ചികിത്സിച്ചാൽ രോഗം കുറയുന്നതാണ്. വൈദ്യനെ മാറാത്തപക്ഷം അപകടം നേരിടുന്നതാണ്.

പച്ചപ്പുൽക്കെട്ട്

ഒരാൾ പച്ചപ്പുൽക്കെട്ട് കൊണ്ട് വരുന്നതായി സ്വപ്നം കണ്ടാൽ അത്യന്തം ശുഭകരമാകുന്നു. ഒരിടത്ത് പച്ചപ്പുൽക്കെട്ട് ഇരിക്കുന്നതായി കണ്ടാലും ശുഭം തന്നെ.

പച്ചയില

1. എല്ലാ ആശകളെയും നിറവേറ്റുന്ന ഒന്നാണ് പച്ചയില സ്വപ്നം കാണുന്നത്.

2. പച്ചയിലകളുടെ ചിത്രം സ്വപ്നം കണ്ടാൽ വലിയ സ്വത്തിന്റെ അവകാശിയാകും.

പടം

താൻ കണ്ടിട്ടുള്ളതോ അറിഞ്ഞിട്ടില്ലാത്തതോ ആയ ദേശങ്ങളുടെയോ രാജ്യങ്ങളുടെയോ പടം സ്വപ്നം കണ്ടാൽ ദീർഘയാത്ര ചെയ്യാനിടയാകും.

പടക്കം

ഉറക്കത്തിൽ വെടിക്കെട്ടുള്ള സ്ഥലത്തുനിന്നും കുറേ പടക്കങ്ങൾ തന്റെ ശിരസ്സിൽ പതിച്ചതായി സ്വപ്നം കണ്ടാൽ 41 ദിവസത്തിനകം അയാൾ ക്രിമിനൽ കേസിൽ പ്രതിയാകുന്നതാണ്.

പടയാളി

ഒരു ഭടനായി സേനയിൽ ചേർന്നുവെന്നു സ്വപ്നം കണ്ടാൽ ജീവിതത്തിൽ തുടരെത്തുടരെ മാറ്റം സംഭവിക്കുന്നതാകുന്നു.

പടവലങ്ങ

പടവലങ്ങ, പീച്ചിങ്ങ, വെണ്ടയ്ക്ക ഇവ ഭക്ഷിച്ചതായി സ്വപ്നം കണ്ടാൽ ധനലാഭമുണ്ടാകും.

പട്ടക്കാർ

പുരോഹിത വർഗ്ഗങ്ങളെ സ്വപ്നം കാണുന്നത് അശുഭമാണ്.

പട്ടംപറപ്പിക്കൽ

പട്ടം പറപ്പിക്കുന്നതായി സ്വപ്നം കണ്ടാൽ കച്ചവടത്തിൽ നല്ല ലാഭം കിട്ടുമെന്നറിയുക. മാത്രമല്ല, ഉദ്യോഗക്കയറ്റവും മറ്റുകാര്യസാദ്ധ്യ

ങ്ങളും ഉണ്ടാകും.

പട്ടണം

തനിക്കു പരിചയമുള്ള ഒരു പട്ടണം ഭൂചലനം നിമിത്തം വെടിച്ചോ പിളർന്നോ ഇരിക്കുന്നതായി സ്വപ്നം കണ്ടാൽ സ്വദേശത്തു ഏതെങ്കിലും വിധത്തിൽ നാശം സംഭവിക്കുന്നതും മുമ്പ് താൻ കണ്ടിട്ടില്ലാത്തതാണ് ആ പട്ടണമെങ്കിൽ തന്റെ ബന്ധുക്കൾ വസിക്കുന്ന ദേശത്തിന് ഹാനി സംഭവിക്കുന്നതുമാണ്.

പട്ടി

പട്ടിയെ സ്വപ്നം കണ്ടാൽ ദാരിദ്ര്യദുഃഖം അനുഭവിക്കും. പട്ടിയെ സ്വപ്നം കാണുന്നത് ശുഭകരമാണെന്നും മതാന്തരമുണ്ട്.

പട്ട്

അവിവാഹിതയായ ഒരു സ്ത്രീ താൻ പട്ടു ധരിച്ചിരിക്കുന്നതായി സ്വപ്നം കണ്ടാൽ സുമുഖനും സുന്ദരനുമായ ഒരു പുരുഷനെ അടുത്തുതന്നെ പരിണയിക്കും. വിവാഹിതയായ സ്ത്രീയെങ്കിൽ അവർ വലിയ സ്വത്തിന്റെ ഉടമസ്ഥയാകും.

പട്ടുനാട

കീറിയ പട്ടുനാട കണ്ടാൽ വലിയ അപവാദം കേൾക്കാനിടയാകും. മനോഹരമായ നീല നാടയാണ് സ്വപ്നം കാണുന്നതെങ്കിൽ അതിഥി സൽക്കാരം, പ്രശസ്തി എന്നിവയുണ്ടാകും.

പണപ്പെട്ടി

വളരെക്കാലം മുമ്പ് മുടക്കിയിരുന്ന ഒരു മൂലധനത്തിൽനിന്നും ആദായം കിട്ടാൻ പോകുന്നതിനെ സൂചിപ്പിക്കുന്നതാണ് പണപ്പെട്ടി സ്വപ്നം കാണുന്നത്.

പണയപ്പാട്

പണയസാധനങ്ങൾ സ്വപ്നം കണ്ടാൽ അയാൾക്ക് വ്യവസായാഭിവൃദ്ധി ഉണ്ടാകും.

പണസഞ്ചി

പണസഞ്ചിയോ പണപ്പൊതിയോ സ്വപ്നം കണ്ടാൽ സൗഖ്യവും സന്താനാഭിവൃദ്ധിയുമുണ്ടാകും. തന്റെ പണസഞ്ചി ദൂരത്തേക്കെറിഞ്ഞു കളഞ്ഞതായി സ്വപ്നം കണ്ടാൽ ആത്മസ്നേഹിതൻ രോഗബാധിതനായിത്തീരും.

പതക്കം

പതക്കം സ്വപ്നം കണ്ടാൽ സൗഭാഗ്യകരമായ വിവാഹവും സ്നേഹപൂർണ്ണമായ കുടുംബത്തെയും സൂചിപ്പിക്കുന്നു.

പന

പനയെ സ്വപ്നം കണ്ടാൽ സ്നേഹിതന്മാരിൽനിന്നും ചതിവു നേരിടും.

പനി

തനിക്കു പനിയാണെന്ന് കണ്ടാൽ കാമുകന്റെയോ കാമുകിയു ടെയോ ആനന്ദകരമായ വാർത്ത ലഭിക്കും.

പനിനീർച്ചെമ്പകപ്പൂവ്

പനിനീർ ചെമ്പകപൂവ് സ്വപ്നം കാണുന്നത് കാമുകീകാമുകന്മാർ നവദമ്പതികൾ വിവാഹാലോചനയിലിരിക്കുന്നവർ എന്നിവർക്കു സൗഭാഗ്യവും കാര്യലാഭവും ഉണ്ടാകും.

പന്തയം

നിങ്ങൾ പന്തയം വയ്ക്കുന്നതായി സ്വപ്നം കണ്ടാൽ പ്രയത്നം കൂടുതലായി വേണ്ട കാര്യങ്ങളിൽ ഇടപെടും.

പന്തടിക്കോൽ

ടെന്നീസ് കളിക്കുന്ന റാക്കറ്റ് സ്വപ്നം കണ്ടാൽ പ്രയാസമേറിയ പ്രശ്നങ്ങൾ നിങ്ങളെ അഭിമുഖീകരിക്കുമെന്നും അവയുടെ പ്രതി വിധി നേടുവാൻ ഒട്ടുവളരെ പ്രയാസങ്ങൾ അനുഭവിക്കേണ്ടിവരു മെന്നും അറിയുക.

പന്തുകളി

പന്തുകളിക്കുന്നതായി കണ്ടാൽ സുഖജീവിതം ഫലം. പന്താടുന്ന തായിട്ടാണു സ്വപ്നമെങ്കിൽ പ്രവർത്തനങ്ങളിൽ ലാഭമുണ്ടാകും. അഥവാ വിചാരിച്ച കാര്യം ഇഷ്ടംപോലെ സാദ്ധ്യമാകും.

പന്നൽച്ചെടികൾ

1. പ്രണയവും ആനന്ദവും ഫലം. വേർപെട്ട ഭാര്യാഭർത്താക്കന്മാർ സ്നേഹപൂർവ്വം വീണ്ടും ഇടപെടും. പ്രേമിക്കുന്നവരിൽനിന്നു വഞ്ച നയും അനാശാസ്യവും ഉണ്ടാകുകയില്ല.

2. വാടിയ പന്നൽച്ചെടി കണ്ടാൽ പ്രേമനൈരാശ്യം മൂലം ദുഃഖമു ണ്ടാകും.

3. വിഷപ്പന്നൽച്ചെടി കണ്ടാൽ വിശ്വസ്തരായ സുഹൃത്തുക്കൾ നിങ്ങളെ തെറ്റിദ്ധരിക്കും.

പന്നിയിറച്ചി

നിർഭാഗ്യകരമായ ഗാർഹികാനുഭവങ്ങളുടെ സൂചകമാണത്. ഉപ്പിലിട്ടുണക്കിയ പന്നിയിറച്ചി കണ്ടാൽ സാമ്പത്തിക ക്ലേശങ്ങൾ അവസാനിക്കും.

അന്യർ ആരെങ്കിലും പന്നിയിറച്ചി തിന്നുന്നതായി കണ്ടാൽ പരീക്ഷയിൽ ജയിക്കും.

പമ്പരം

ഒരു സ്ത്രീ പമ്പരത്തെ സ്വപ്നം കണ്ടാൽ അവൾ ഒരാൺകുട്ടിയെ പ്രസവിക്കുമെന്നതിന്റെ സൂചകമാണ്.

പരസ്യം

പരസ്യം സ്വപ്നം കണ്ടാൽ ജീവിതാഭിവൃദ്ധിയും ഉദ്യോഗക്കയറ്റവും സ്ഥലംമാറ്റവും വ്യവഹാരാഭിവൃദ്ധിയും ഉണ്ടാകുന്നതാണ്.

പരുന്ത്

പരുന്തിനെ ഒരു സ്ത്രീ സ്വപ്നം കണ്ടാൽ അവൾ ഒരാൺകുട്ടിയെ പ്രസവിക്കും.

പല്ല്

തന്റെ പല്ലുകൾ നോക്കുന്നതായി സ്വപ്നം കണ്ടാൽ ഉദ്യോഗം സംബന്ധിച്ച് ധനലാഭമുണ്ടാകും.

പല്ലുവേദന

പല്ലുവേദനയനുഭവിക്കുന്നതായി കണ്ടാൽ സൗഭാഗ്യവാർത്ത ഫലം.

പശുക്കൾ

1. പച്ചപ്പുല്ലു തഴച്ചുവളർന്നു കിടക്കുന്ന മൈതാനപ്രദേശത്തു പശുക്കൾ മേയുന്നതായി കണ്ടാൽ അത്യന്തം ശുഭകരം.

2. താൻ പശുക്കളെ തെളിച്ചുകൊണ്ടുപോകുന്നതായി കണ്ടാൽ അശുഭപ്രദം.

3. തന്നെ പശു ഓടിച്ചുകൊണ്ടുവരുന്നതായി സ്വപ്നം കണ്ടാൽ ഒരു സ്ത്രീ മൂലം അപകീർത്തിയുണ്ടാകും. സ്ത്രീയാണ് ഇത് കാണുന്നതെങ്കിൽ അവളുടെ ഭർത്താവിനെ വശപ്പെടുത്താൻ മറ്റൊരു സ്ത്രീ പ്രയത്നിച്ചുവരുന്നുണ്ടെന്നറിയണം.

4. പശുവിനെ താൻ കറന്നുവെന്നോ മറ്റൊരാൾ കറക്കുന്നുവെന്നോ കണ്ടാൽ മഹാരോഗം പിടിപെടുമെന്നറിയുക. ശോഭനമായ ഭാവി കൈവരുമെന്നും അഭിപ്രായമുണ്ട്. ഒരു ഗർഭിണി ഈ സ്വപ്നം കണ്ടാൽ ചാപിള്ളയെ പ്രസവിക്കുമെന്നറിയണം.

5. വെളുത്ത പശുവിനെ സ്വപ്നം കണ്ടാൽ വളരെ ശുഭം.

പള്ളികർമ്മങ്ങൾ

പാട്ടില്ലാതെയുള്ള പള്ളികർമ്മങ്ങൾ സ്വപ്നം കാണുന്നത് വ്യസനവും പാട്ടോടുകൂടിയ പള്ളികർമ്മങ്ങളെങ്കിൽ സന്തോഷവും ഫലം.

പഴവർഗ്ഗങ്ങൾ

1. ഈന്തപ്പഴം, മുന്തിരിങ്ങ മുതലായ പഴങ്ങളെ ഭക്ഷിച്ചതായി കണ്ടാൽ ഭാര്യാസുഖവും സ്ത്രീകൾ കണ്ടാൽ ഭർത്തൃസുഖവും ഫലം.

2. നാരകപ്പഴം, പ്ലാമ്പഴം, അമ്പഴങ്ങ മുതലായ പഴങ്ങൾ തിന്നുവെന്നു കണ്ടാൽ അശുഭമാണ്. ശരീരത്തിൽ പുണ്ണുകൾ ഉണ്ടാകും.

3. എലിമിച്ചിപ്പഴം തിന്നുന്നതായി സ്വപ്നം കണ്ടാൽ കുടുംബകലഹമോ ബന്ധുമരണമോ അല്ലെങ്കിൽ മരണമോ സംഭവിക്കുവാനിടയുണ്ട്.

4. എലുമിച്ചിപ്പഴം അതിന്റെ ചെടിയിൽ നിൽക്കുന്നതായി കണ്ടാൽ വിദേശയാത്രയ്ക്കിടയാകും. അവിടെ സ്ഥിരമായ ജീവിതമാർഗ്ഗമുണ്ടാകുകയും ചെയ്യും.

5. ഏതു പഴമെങ്കിലും അകാലത്തിൽ പഴുത്തതായി കണ്ടാൽ തനിക്ക് രോഗമുണ്ടാകാനുള്ള അവസരവും അടുത്തിരിക്കുന്നുവെന്നറിയണം.

6. പഴങ്ങൾ വളരെ തിന്നിട്ടും ആശതീരാതെയിരിക്കുന്നതായി കണ്ടാൽ ധനലാഭവും സന്താനവൃദ്ധിയും ഫലം.

7. വളരെ കാലത്തിനുമുമ്പേ വീണ പഴത്തിൽനിന്നും പഴങ്ങളെ ശേഖരിച്ചതായി കണ്ടാൽ അവിചാരിതമായി ധനലാഭമുണ്ടാകും.

പറക്കുക

1. വിമാനത്തിൽക്കയറി പറക്കുന്നതായി സ്വപ്നം കണ്ടാൽ ഉൽകൃഷ്ട കൃത്യങ്ങൾ നിർവ്വഹിക്കുന്നതുകൊണ്ട് സൽക്കീർത്തിയുണ്ടാകും.

2. പച്ചവയലുകളുടെ മുകളിൽ പറക്കുന്നതായി കണ്ടാൽ നിങ്ങൾക്കു പ്രണയസാഫല്യമുണ്ടാകും.

3. നിങ്ങൾ ഒരു പക്ഷിയെപ്പോലെ പറക്കുന്നതായി കണ്ടാൽ സങ്കടവും കഷ്ടകാലവും ഒരിക്കലുമുണ്ടാകില്ല. എന്നാൽ താമസിക്കുന്ന ദിക്കിൽ ഒരാൾക്ക് മരണം സംഭവിക്കും.

പാക്ക്

പാക്ക് നിറച്ച ഒരു കെട്ട് കിട്ടിയതായി സ്വപ്നം കണ്ടാൽ ധനലാഭമുണ്ടാകും.

പാടം

പരവതാനി വിരിച്ചതുപോലെ പായൽ നിറഞ്ഞ പാടത്തുകൂടി യാത്ര ചെയ്തതായി സ്വപ്നം കണ്ടാൽ അയാൾ വലിയ സ്വത്തിനുടമയായിത്തീരും.

പാട്ടം

1. ഒരു പാട്ടയാധാരത്തിൽ ഒപ്പുവയ്ക്കുന്നതായി സ്വപ്നം കണ്ടാൽ ധനാഭിവൃദ്ധിയുണ്ടാകും.

2. പാട്ടയാധാരം ഒഴിപ്പിക്കുന്നതായി സ്വപ്നം കണ്ടാൽ സ്നേഹിതന്മാരിൽ വിശ്വാസവഞ്ചനയുണ്ടാകും.

പാട്ട്

1. താൻ പാട്ട് പാടിക്കൊണ്ടിരിക്കുന്നതായി സ്വപ്നം കണ്ടാൽ അയാൾക്ക് ക്ലേശം വർദ്ധിക്കാൻ പോകുന്നുവെന്നറിയണം.

2. പാട്ടു പാടുന്നതായി കണ്ടാൽ ജീവിതം സുഖകരവുംസമാധാനവുമായിരിക്കും.

പാഠം

പാഠങ്ങൾ പഠിപ്പിക്കുന്നതായി കണ്ടാൽ അയാളുടെ സർവ്വ പ്രവൃത്തികളും വിജയിക്കുന്നതാണ്.

പാതാളം

പാതാളത്തിലോ കുണ്ടിലോ പതിച്ചതായി കണ്ടാൽ താൽക്കാലികനില മോശമാണെന്നും കുറച്ചുനാൾ കഴിഞ്ഞ് ജോലിയിൽ ഇടപെടുന്നതാണ് നല്ലതെന്നുമറിയണം.

പാത്ത

1. പാത്തകളെ സ്വപ്നം കണ്ടാൽ ഉടനെ പ്രേമം ഫലവത്താകും.

2. പാത്തകൾ പനട്ടുന്നതു കേട്ടതായി കണ്ടാൽ നിങ്ങൾക്ക് സദുപദേശം കേൾക്കാനിടയാകുന്നതും തന്മൂലം നിങ്ങളുടെ കുഴഞ്ഞ പ്രശ്നങ്ങൾക്ക് പരിഹാരം ഉണ്ടാകുന്നതുമാണ്.

പാത്രം

1. പാലോ വെള്ളമോ നിറച്ച പാത്രം എടുത്തുകൊണ്ടുപോകുന്നതായി കണ്ടാൽ നിങ്ങളുടെ സംരംഭങ്ങൾ വിജയിക്കുന്നതാണ്.

2. ഒഴിഞ്ഞ പാത്രം സ്വപ്നം കണ്ടാൽ നിങ്ങളുടെ താല്ക്കാലിക പ്രയത്നങ്ങളെല്ലാം വിഫലമാകുന്നതാണ്.

പാദരക്ഷകൾ

പാദരക്ഷകൾ സ്വപ്നം കാണുന്നത് ആരോഗ്യകരമായ ദീർഘായുസ്സിനെയും വിഷമകരങ്ങളായ പരീക്ഷണഘട്ടങ്ങൾ തരണം ചെയ്തുള്ള ധനാർജ്ജനത്തെയും പ്രതിയോഗികളെ തോല്പിച്ചു വിജയം വരിക്കുന്നതിനെയും ജീവിതാഭിവൃദ്ധിയെയും സൂചിപ്പിക്കുന്നു.

പാനീയങ്ങൾ

1. നല്ല തീർത്ഥം കുടിച്ചതായി സ്വപ്നം കണ്ടാൽ ഉപര്യുപരി അഭിവൃദ്ധിയുണ്ടാകും.

2. അഴുക്കുവെള്ളം കുടിച്ചതായി കണ്ടാൽ രോഗമുണ്ടാകും.

3. മറ്റൊരാൾക്കു കുടിക്കാൻ വെള്ളം കൊടുത്തതായി സ്വപ്നം കണ്ടാൽ ശുഭമാണ്.

4. തേനോ, രക്തമോ, കള്ളോ, ചാരായമോ താൻ കുടിച്ചതായി സ്വപ്നം കണ്ടാൽ ദ്രവ്യലാഭമുണ്ടാകും.

5. വിഷപാനം ചെയ്യുന്നതായി സ്വപ്നം കണ്ടാൽ ഉപജീവനമാർഗ്ഗത്തിനുള്ള അഭിവൃദ്ധിക്കു നാശമുണ്ടാകുന്നതും വിവാഹം ആലോചിച്ച കുട്ടിയെങ്കിൽ അതിനു വിഘ്നം ഉണ്ടാകുന്നതുമാണ്.

പാമ്പാട്ടി

ഒരു പാമ്പാട്ടി പാമ്പുകളെ ഒളിപ്പിക്കുന്നതായി സ്വപ്നം കണ്ടാൽ അയാൾ ഒരുവർഷത്തിനകം ഒരു കലാകാരനായി പ്രസിദ്ധിയാർജ്ജിക്കും.

പാമ്പുകടി

വൃശ്ചികമാസത്തിൽ കറുത്ത വാവിൻ നാളിൽ അർദ്ധരാത്രിക്കു പാമ്പു കടിച്ചുവെന്നുള്ള സ്വപ്നം കണ്ടാൽ പാമ്പുകടിയേൽക്കുമെന്നുള്ളതിന് സംശയമില്ല.

പാമ്പുകൾ

1. തന്റെ വീട്ടിനുള്ളിൽ ഏറിയ പാമ്പുകൾ കിടന്നിഴയുന്നതായും അവിടെയുള്ളവർ ഭയപ്പെട്ടു കരയുന്നതായും സ്വപ്നം കണ്ടാൽ ഒരു മാസത്തിനുള്ളിൽ ആ ഗൃഹത്തിൽ ഒരു മരണമുണ്ടാകാനിടയുണ്ട്.

2. പാമ്പുകൾ, തേളുകൾ, അട്ടകൾ, ഇവ തന്റെ വീട്ടിലേക്ക് പോയ്ക്കൊണ്ടിരിക്കുന്നുവെന്നു കണ്ടാൽ കാര്യജയം ഫലം. ഇവകൾ ചുറ്റും കിടക്കുന്നതായോ കെട്ടുപെട്ടിരിക്കുന്നതായോ സ്വപ്നം കണ്ടാൽ വ്യാധിപീഡയോ ജയിൽവാസമോ ഭവിപ്പാനിടയാകും. ഈ ജന്തുക്കളെ താൻ അടിക്കുന്നതായി സ്വപ്നം കണ്ടാൽ ശത്രുജയം.

പാപം

താൻ പാപം ചെയ്തതായി സ്വപ്നം കണ്ടാൽ കഷ്ടകാലം അടുത്തുണ്ടാകും പാപത്തെ തടഞ്ഞതായി കണ്ടാൽ ഭാവിജീവിതം സുഖസമൃദ്ധമയിരിക്കും.

പായസം

1. പായസം ഭക്ഷിച്ചതായി സ്വപ്നം കണ്ടാൽ ദ്രവ്യലാഭമുണ്ടാകും.

2. താൻ കുളത്തിന്റെ മദ്ധ്യത്തിൽവെച്ച് താമരയിലയിൽ പായസാന്നം ഭക്ഷിച്ചുവെന്നു കണ്ടാൽ രാജയോഗം സിദ്ധിക്കും.

പാൽ

താൻ പാൽ കുടിച്ചതായി സ്വപ്നം കണ്ടാൽ രാജസമ്മാനവും സൽക്കർമ്മാനുഷ്ഠാനവും ഫലം.

പാൽക്കുടം

പാൽനിറച്ച കുടം സ്വപ്നം കണ്ടാൽ അമിതമായ ലാഭമുണ്ടാകും.

പാലം

1. പാലിത്തിനടിയിൽകൂടി ബോട്ടിലോ കാറിലോ കടന്നുപോകുന്നതായി സ്വപ്നം കണ്ടാൽ അല്പകാലത്തേക്ക് കഷ്ടപ്പാടും ക്ലേശവും ഉണ്ടാകും.

2. പാലത്തിൽക്കൂടെ നടന്നോ വാഹനത്തിലോ സഞ്ചരിക്കുന്നതായി കണ്ടാൽ എല്ലാവിധ വിജയവും ഫലം.

3. പാലത്തിൽക്കൂടെ പോകുമ്പോൾ അതിനടിയിൽക്കൂടി വെള്ളം ഒഴുകുന്നതായി കണ്ടാൽ നിങ്ങളുടെ പ്രശ്നങ്ങൾക്കു പരിഹാരമുണ്ടാകാൻ കാലതാമസമുണ്ടാകും.

പാവ

പാവയെ സ്വപ്നം കണ്ടാൽ അയൽവീടുകളിലോ ബന്ധുഗൃഹങ്ങളിലോ ഒരു പെൺകുട്ടി ജനിക്കുന്നതാണ്.

പിടിമൊന്ത

1. പിടിമൊന്തയിൽനിന്നും വെള്ളം കുടിക്കുന്നതായി കണ്ടാൽ അപകടത്തിൽനിന്നും രക്ഷനേടും.

2. ഒരു പിടിമൊന്ത താഴെവീണ് ഉടഞ്ഞതായോ ഉടഞ്ഞ പിടിമൊന്തയോ സ്വപ്നം കണ്ടാൽ പണനഷ്ടവും കഷ്ടപ്പാടും ഉണ്ടാകും.

പിത്തള

പിത്തള സ്വപ്നം കണ്ടാൽ അശുഭം ഫലം

പിതൃവാൻ

പിതാവിന്റെ ഇളയഹോദരനെ - ചിറ്റപ്പനെ - സ്വപ്നം കാണുന്നത് ശുഭോദർക്കമാണ്. കുടുംബസുഖത്തെയും ധനലാഭത്തെയും സൂചിപ്പിക്കുകയും ചെയ്യുന്നു.

പിൻതുടർച്ചാവകാശം

ഭൂസ്വത്തോ പണമോ പിൻതുടർച്ചാവകാശം വഴി കിട്ടുമെന്ന് സ്വപ്നം കണ്ടാൽ നിശ്ചയമായും അതു സഫലമാകും.

പിശാച്

1. പിശാചിനെ സ്വപ്നം കാണുന്നത് ശുഭമാണ്. ശുഭവാർത്ത കേൾക്കാനിടയാകും.

2. പിശാചിനെ സ്വപ്നം കണ്ടാൽ അത്യധികമായി പാപം ചെയ്യുമെന്നും ഒടുവിൽ പശ്ചാത്തപിച്ചു നേർപാതയിലെത്തുമെന്നും അഭിപ്രായമുണ്ട്.

പീച്ചിങ്ങ

പീച്ചിങ്ങ, വെണ്ടയ്ക്ക, പടവലങ്ങ ഇവ താൻ ഭക്ഷിച്ചതായി കണ്ടാൽ ധനലാഭം ഫലം.

വീപ്പക്കുറ്റി

1. നിറഞ്ഞ വീപ്പക്കുറ്റിയെ സ്വപ്നം കണ്ടാൽ ഐശ്വര്യാഭിവൃദ്ധിയുണ്ടാകും.

2. ഒഴിഞ്ഞ വീപ്പക്കുറ്റി കണ്ടാൽ അന്യരുടെ തെറ്റായ നിർദ്ദേശങ്ങളും ഉപദേശങ്ങളുംമൂലം പല വിഷമതകളും അനുഭവിക്കേണ്ടിവരും.

3. വീപ്പക്കുറ്റിയുടെ പുറകിൽ ഒളിച്ചിരുന്നുവെന്ന് സ്വപ്നം കണ്ടാൽ സ്ഥാനമാനങ്ങൾ നഷ്ടപ്പെടും എന്നർത്ഥം.

പുക

1. പുകയിൽ അകപ്പെട്ടത് സ്വപ്നം കണ്ടാൽ ധനസംബന്ധമായി അല്പം ബുദ്ധിമുട്ടുണ്ടാകുമെന്നു സൂചിപ്പിക്കുന്നു.

2. വീട് കത്തിയെരിഞ്ഞ് പുകയും തീപ്പൊരികളും പറന്നുപോകുന്നതായി സ്വപ്നം കണ്ടാൽ അനിഷ്ടഫലമാകുന്നു. നാശകാരണമുണ്ടാകുമെന്നറിയുക.

പുകവലി

താൻ പുകവലിക്കുന്നതായി സ്വപ്നം കണ്ടാൽ അയാളുടെ എല്ലാ പരിപാടികളും പൂർണ്ണവിജയത്തിലെത്തും.

പുഞ്ചിരി

പുഞ്ചിരിയോടുകൂടി ആരോ തന്നെ സ്വീകരിക്കുന്നതായി സ്വപ്നം കണ്ടാൽ സൗഭാഗ്യകരമായിരിക്കും.

പുതപ്പ്

1. വൃത്തിയുള്ള പുതപ്പ് സ്വപ്നം കണ്ടാൽ സൗഭാഗ്യവും വ്യാപാരലാഭവും ആരോഗ്യവും ഉണ്ടാകും. അഴുക്കു പറ്റിയതാണെങ്കിൽ കപട സ്നേഹിതന്മാർമൂലം തന്റെ സേവനങ്ങളിലും പ്രവൃത്തികളിലും ദുഷ്കീർത്തിയുണ്ടാകും.

2. കീറിയ പുതപ്പാണെങ്കിൽ നിങ്ങളിൽനിന്ന് ചിലർക്കു അപ്രതീക്ഷിതമായ നാശവും ഉണ്ടാകും.

പുതിയ ചെരുപ്പ്

പുതിയ ചെരുപ്പുകൾ ധരിച്ചതായി സ്വപ്നം കണ്ടാൽ പുതിയ സ്ത്രീയോടുകൂടിയിരിപ്പാൻ ഇടയാകും. പഴയ ചെരുപ്പാണെങ്കിൽ ദാരിദ്ര്യവും ഫലം.

പുതിയ ഗൃഹനിർമ്മാണം

താൻ പുതിയ ഗൃഹനിർമ്മാണം നടത്തിയതായി സ്വപ്നം കണ്ടാൽ വിചാരിച്ച കാര്യം സാധിക്കും. ധനവർദ്ധനവുണ്ടാകും.

പുത്രൻ

സ്വന്തം പുത്രനെ സ്വപ്നം കാണുന്നത് ശുഭകരം

പുത്രി

പിതാവ് പുത്രിയെ സ്വപ്നം കാണുന്നത് സുഖത്തെയും സന്തോഷത്തെയും പ്രദാനം ചെയ്യുന്നു. മാതാവ് പുത്രിയെ സ്വപ്നം കാണുന്നത് സാമ്പത്തിക വൈഷമ്യങ്ങളെ സൂചിപ്പിക്കുന്നു.

പുൽത്തകിടി

1. മനോഹരമായ പച്ചപ്പുൽത്തകിടി സ്വപ്നം കാണുന്നത് സുഖസാന്ദ്രമായ പ്രണയം മാതൃകാപരമായ വൈവാഹികജീവിതത്തിൽ കലാശിക്കും എന്നതിന്റെ സൂചന.

2. പാഴായ പുൽത്തകിടിയാണെങ്കിൽ പരാജയവും പരാധീനതയും ഫലം.

പുല്ല്

പുല്ല് സ്വപ്നം കാണുന്നത് ശുഭം. സർവ്വകാര്യവിജയം. പാടത്തുനിന്നും അരിഞ്ഞെടുത്ത് കെട്ടാക്കിയ പുല്ലുകൾ ഒരാൾ എടുത്തുകൊണ്ടുവരുന്നതായി കാണുന്നത് മംഗളകരമായ സ്വപ്നമാണ്.

പുലി

പുലിയെ കണ്ടാൽ ബലവാന്മാരുടെ ശത്രുത്വമുണ്ടാകും.

പുഷ്പം

1. സ്വപ്നത്തിൽ പുഷ്പങ്ങളെ കണ്ടാൽ നിങ്ങൾക്ക് പ്രവർത്തനങ്ങളിൽ വിജയവും പ്രേമസാഫല്യവും ശ്രേയസ്സുമായിരിക്കും ഫലം. ഉത്സവാദി ആഘോഷങ്ങൾ നടക്കുമെന്നും അറിയണം.

2. കൃത്രിമപുഷ്പങ്ങൾ കണ്ടാൽ നിങ്ങൾമൂലം മറ്റുള്ളവർക്കു സുഖവും സന്തോഷവും ഉണ്ടാകും.

3. പുഷ്പങ്ങളെ ശുശ്രൂഷിക്കുന്നതായി കണ്ടാൽ വ്യാപാരാഭിവൃദ്ധിയുണ്ടാകും.

4. ചിത്രങ്ങളിൽ പുഷ്പങ്ങളെ സ്വപ്നം കണ്ടാൽ നിങ്ങൾക്ക് ജനപ്രീതിയുണ്ടാകും.

5. നിങ്ങൾ ഒരാളെ പൂചൂടിക്കുന്നതായി കണ്ടാൽ ഇരുകൂട്ടർക്കും സൗഭാഗ്യമുണ്ടാകും.

6. പുഷ്പങ്ങളെ ചവുട്ടിത്തേക്കുന്നതായി കണ്ടാൽ നൈരാശ്യവും ദൗർഭാഗ്യവും ഫലം.

7. താൻ പുഷ്പം ചൂടി എന്ന് സ്വപ്നം കണ്ടാൽ സുഖാനുഭവവും പ്രേമസാഫല്യവും ഫലം. പുഷ്പത്തെ മണപ്പിച്ചു നോക്കി എന്നു കണ്ടാലും ഫലം ഇതുതന്നെ.

8. പുഷ്പത്തെ പെറുക്കിയെടുക്കുന്നതായി കണ്ടാൽ കാര്യസാദ്ധ്യം, ദ്രവ്യലാഭം, ദാമ്പത്യസുഖം മുതലായ സുഖാനുഭവങ്ങൾ ഉണ്ടാകും.

9. പുഷ്പത്തെ താൻ കൈയിൽവെച്ചുകൊണ്ടിരിക്കെ അതു വാടിപ്പോയതായി കണ്ടാൽ, കാര്യഹാനി, വ്യാപാരനഷ്ടം, ഭാര്യാവിയോഗം എന്നിവകളിൽ ചിലത് സംഭവിക്കും.

10. വാടിയതോ ഉണങ്ങിയതോ ആയ പുഷ്പങ്ങളെ പെറുക്കിക്കൊണ്ടിരിക്കുന്നതായോ അതിന്റെ ഗന്ധം മണത്തുനോക്കുന്നതായോ കണ്ടാൽ കാര്യവിഘ്നം, വ്യവഹാര പരാജയം, അധികാരികളാൽ അപമാനം ബന്ധുവർഗ്ഗത്തിന്റെ മരണം എന്നിവകളിൽ ഒന്നു സംഭവിക്കും.

11. മോഷണപ്പണ്ടങ്ങൾ ഒളിച്ചു വച്ചിരിക്കുന്ന കള്ളന്മാർ വാടിയ പുഷ്പം സ്വപ്നം കണ്ടാൽ ആ മോഷണം തെളിയുകയില്ല. വാടാത്ത പുഷ്പമാണ് കാണുന്നതെങ്കിൽ ആ മോഷണം തെളിഞ്ഞുപോകുന്നതുമാണ്.

12. പുഷ്പത്തെ കണ്ടുവെന്നോ അതിനെ പറിച്ചുവെന്നോ മണത്തുവെന്നോ കാണുന്ന സ്വപ്നം കീർത്തിയും സന്താനപ്രാപ്തിയും ഉണ്ടാക്കും. പുഷ്പമുള്ള ചെടികളെ കണ്ടാലും സന്താനപ്രാപ്തിയുണ്ടാകും.

പുസ്തകം

1. പുസ്തകത്തിന്റെ താൾ തൂക്കിയിട്ടിരിക്കുന്നതായി കാണുന്ന സ്വപ്നം പരീക്ഷയിലും ഉദ്യോഗത്തിലും പ്രശസ്തമായ വിജയം ഉണ്ടാകും എന്നതിനെ സൂചിപ്പിക്കുന്നു.

2. കീറിയ പുസ്തകത്തിന്റെ താൾ സ്വപ്നം കണ്ടാൽ ദുഃഖകരമായിട്ടുള്ള സർവ്വവും മാറിപ്പോകുമെന്നറിയുക.

3. സ്വന്തം പുസ്തകത്തിന്റെ കൈയെഴുത്തുപ്രതി സ്വപ്നം കണ്ടാൽ

താമസിയാതെ അത് പ്രസിദ്ധീകൃതമാകും.

4. അനേകം പുസ്തകങ്ങൾ അടുക്കിവെച്ചിരിക്കുന്നതായി കണ്ടാൽ നിങ്ങളുടെ എല്ലാവിധ പ്രശ്നങ്ങളും താമസിയാതെ പരിഹരിക്കപ്പെടും.

പുളിമരം

പുളിമരത്തെ സ്വപ്നം കണ്ടാൽ ബന്ധുദർശനം ലഭിക്കയോ ദൂരദേശവാർത്ത കേൾക്കാൻ ഇടവരികയോ ചെയ്യും.

പുളിരസം

പുളിരസം താൻ അനുഭവിച്ചതായി സ്വപ്നം കണ്ടാൽ പണസംബന്ധമായ കഷ്ടപ്പാടുകളും ഗൃഹകലഹങ്ങളും വ്യാപാരനഷ്ടവും ഉണ്ടാകും.

പുള്ളിപ്പുലി

പുള്ളിപ്പുലിയെ സ്വപ്നം കണ്ടാൽ വ്യാപാരത്തിലും തൊഴിലിലും ദുർഘടഘട്ടങ്ങളും അഭിവൃദ്ധികരമായ സന്ദർഭങ്ങളും ഉണ്ടാകുന്നതാണ്.

പൂച്ച

1. പൂച്ചകളെ കണ്ടാൽ കാര്യഹാനിയും ആപത്തും ഉണ്ടാകും.

2. ഉറങ്ങിക്കിടക്കുന്ന പൂച്ചയെ കണ്ടാൽ നിങ്ങളുടെ ശ്രമങ്ങൾ ഫലിക്കയില്ല.

3. പൂച്ചകൾ തന്റെ വീട്ടിൽ ചുറ്റിപ്പറ്റി നടക്കുന്നതായി കണ്ടാൽ ബന്ധുമിത്രാദികളിൽ ആരെങ്കിലുമോ വേലക്കാരിൽ ആരെങ്കിലുമോ തന്റെ സ്വത്തുക്കളെ അപഹരിക്കാൻ ആലോചിച്ചുവരുന്നതായി അറിയണം.

4. പൂച്ചയെ കൊല്ലുന്നതോ കെട്ടിയിടുന്നതോ കണ്ടാൽ തന്റെ ഗൃഹത്തിൽ കള്ളന്മാർ അകപ്പെട്ടു തടവിൽ വയ്ക്കപ്പെടുമെന്നറിയണം.

5. പൂച്ചകളെ സ്ത്രീകൾ സ്വപ്നം കണ്ടാൽ അവർക്കു ഭർത്താവിൽനിന്നും അപമാനം സംഭവിക്കും.

പൂച്ചട്ടി

താൻ പൂച്ചട്ടിയിൽ നട്ടിരിക്കുന്ന ചെടികൾ കാണാതെ പോയതായി സ്വപ്നം കണ്ടാൽ തന്റെ രഹസ്യകാര്യങ്ങൾ വെളിപ്പെട്ടുപോകുമെന്നറിയണം.

പൂന്തോട്ടം

താൻ പൂന്തോട്ടത്തിൽ ഉലാത്തിക്കൊണ്ടിരിക്കുന്നതായി സ്വപ്നം

കണ്ടാൽ സർവ്വവിധത്തിലും സുഖാനുഭവം ഫലം.

പൂർണ്ണചന്ദ്രൻ

പൂർണ്ണചന്ദ്രനെ സമീപിച്ചതായി കണ്ടാൽ പുത്രസന്താനം താമസി യാതെ ഉണ്ടാകുന്നതാണ്.

പൂവൻകോഴി

പൂവൻകോഴിയെ കണ്ടാൽ ശുഭവാർത്ത കേൾക്കാനിടയാകും.

പെങ്ങൾ

സഹോദരിയെ സ്വപ്നം കണ്ടാൽ ശുഭവാർത്ത കേൾക്കാനിടയാ കും.

പെട്ടി

1. ഭക്ഷണപദാർത്ഥങ്ങൾ നിറച്ച പെട്ടി സ്വപ്നം കണ്ടാൽ ഒരിക്കലും ദാരിദ്ര്യം അഭിമുഖീകരിക്കേണ്ടി വരികയില്ല.

2. ഒഴിഞ്ഞ പെട്ടി കണ്ടാൽ വളരെ ക്ലേശിക്കും. നിങ്ങളുടെ വാസ നാവൈഭവങ്ങൾ ബുദ്ധിമുട്ടി പ്രയോഗിച്ചാൽ മാത്രമേ ഫലസിദ്ധി യുണ്ടാകുകയുള്ളൂ.

3. പണപ്പെട്ടിയാണ് കണ്ടതെങ്കിൽ പരധനവും പൂർവ്വികസ്വത്തും ലഭിക്കും.

4. മണ്ണുനിറച്ച പെട്ടിയായാൽ വിദേശസഞ്ചാരം ചെയ്യും.

5. രത്നം നിറച്ച പെട്ടിയായാൽ ഗാർഹികസുഖാഭിവൃദ്ധിയുണ്ടാ കും.

പെൺകുട്ടി

നിങ്ങൾ ഒരു പെൺകുട്ടിയോട് സംസാരിക്കുന്നതായി കണ്ടാൽ അടു ത്തുതന്നെ നിങ്ങൾക്ക് നല്ല കാലമുണ്ടാകും.

പേൻ

1. പേൻ, ഈര് മുതലായ കോശജാതജന്തുക്കളെ സ്വപ്നം കണ്ടാൽ അവിചാരിത ശത്രുക്കൾ തനിക്കു ദോഷകരമായി ആലോചനകൾ നടത്തി ദ്രോഹിക്കും.

2. ഒരു ഉദ്യോഗസ്ഥൻ ഈ സ്വപ്നം കണ്ടാൽ ഉദ്യോഗത്തിനു പ്രതി കൂലമായ ആലോചനകൾ നടക്കുമെന്നറിയണം. വ്യാപാരികളാണ് ഈ സ്വപ്നം കാണുന്നതെങ്കിൽ തന്റെ ജോലിക്കാരിൽനിന്നും കച്ച വടത്തിനു നഷ്ടമുണ്ടാകും.

പേരില്ലാ ജീവി

നിങ്ങൾക്ക് പേര് പറയാൻ കഴിയാത്ത ഒരു ജീവിയെ സ്വപ്നം കണ്ടാൽ നിങ്ങളുടെ ആരോഗ്യം ക്ഷയിച്ചുവരുന്നുവെന്നും അന്ത്യം

വിദൂരമല്ലെന്നും അറിയണം.

പൊക്കം കുറഞ്ഞവൻ

ഹ്രസ്വകായനായ ഒരുവനെ സ്വപ്നം കണ്ടാൽ താമസംവിനാ ഒരു പുത്രൻ ജാതനാകുമെന്നും അവൻ ധൈര്യശാലിയും അമിതവ്യയശീലനും ആയിരിക്കുമെന്നും അറിയേണ്ടതാണ്.

പൊക്കം കൂടിയ മരം

ഉയരം കൂടിയ മരത്തെ സ്വപനം കണ്ടാൽ നല്ല കാലം സമീപിച്ചിരിക്കുന്നുവെന്നറിയണം.

പൊടി

കൊടുങ്കാറ്റടിച്ച് പൊടിപടലം പറക്കുന്നതായി സ്വപ്നം കണ്ടാൽ ഉടനെ പകർച്ചവ്യാധി ഉണ്ടാകുമെന്നറിയണം.

പൊൻനാണയം

പൊൻനാണയങ്ങളെ കണ്ടാൽ ശുഭവും കാര്യസിദ്ധിയുമുണ്ടാകും. അന്യർക്ക് പൊൻനാണയം കൊടുക്കുന്നതായി കണ്ടാൽ സ്നേഹിതന്മാർ വർദ്ധിക്കും.

പോത്ത്

പോത്ത്, എരുമ ഇവയെ സ്വപ്നം കാണുന്നത് ആപൽക്കാലത്താണ്. അവയുടെ പുറത്തുകയറിയതായി കണ്ടാൽ അന്ത്യം അടുത്തിരിക്കുന്നുവെന്നറിയുക.

പോസ്റ്റോഫീസ്

സ്വപ്നത്തിൽ പോസ്റ്റോഫീസിനെ കണ്ടാൽ ശുഭവാർത്തകൾ കേൾക്കാനിടയാകും.

പോസ്റ്റുമാസ്റ്റർ

പോസ്റ്റ്മാസ്റ്ററെ സ്വപ്നം കണ്ടാൽ സ്വാതന്ത്ര്യവും ധനാഭിവൃദ്ധിയും ഉണ്ടാകും.

പ്രകാശം

1. ഉജ്ജ്വലമായ പ്രകാശം സ്വപ്നം കണ്ടാൽ ബദ്ധപ്പാടുകൾ കൂടാതെ ക്ഷണത്തിൽ വിജയം വരുന്നതിന്റെ സൂചകമാണ്.
2. ഇരുട്ടറയിൽ പ്രകാശം കണ്ടാൽ വിവിധ പ്രശ്നങ്ങൾക്ക് പരിഹാരമുണ്ടാകുന്നതും കാര്യമായ പ്രതിഫലം കിട്ടുന്നതുമാണ്.
3. ഒരു പ്രകാശം വെളിയിലേക്കു നീങ്ങുന്നതായി കണ്ടാൽ നിർഭാഗ്യസൂചകമാണ്.
4. വിളക്കോ, ദീപയഷ്ടിയോ താൻ കത്തിക്കുന്നതായും അത് നല്ല പ്രകാശത്തോടുകൂടി കത്തുന്നതായും കാണുന്ന സ്വപ്നം വംശാ

ഭിവൃദ്ധിയും സൽസന്താനലാഭവും ഉണ്ടാകുന്നതിന്റെ സൂചകമാണ്.
5. ഒരു സ്ത്രീയാണ് ഈ സ്വപ്നം കാണുന്നതെങ്കിൽ അവർ വേഗത്തിൽ ഗർഭവതിയാകുന്നതും നല്ല വിശേഷഗുണമുള്ള ശിശുവിനെ പ്രസവിക്കുന്നതുമാണ്.

പ്രണയം

സ്നേഹിക്കയും സ്നേഹിക്കപ്പെടുകയും ചെയ്യുന്നതായി സ്വപ്നം കണ്ടാൽ നിങ്ങൾക്ക് ഉത്തമസുഹൃത്തുക്കളും സ്നേഹിതന്മാരും ഉണ്ടാകുന്നതും അവരിൽനിന്ന് എല്ലാവിധ സഹായങ്ങളും ഉണ്ടാകുന്നതുമാണ്.

പ്രണയനഷ്ടം

പ്രണയനഷ്ടം സ്വപ്നം കണ്ടാൽ പ്രണയസംബന്ധമായ എല്ലാ സുഖങ്ങളും ലഭിക്കയും പ്രണയിച്ച ആളിനെത്തന്നെ വിവാഹം ചെയ്‌വാൻ സാധിക്കയും ചെയ്യും.

പ്രതിബിംബം

നിങ്ങളുടെ പ്രതിബിംബം വെള്ളത്തിലോ കണ്ണാടിയിലോ പ്രതിബിംബിച്ചിരിക്കുന്നതായി കണ്ടാൽ ഉന്നതിയും അഭിവൃദ്ധിയുമുണ്ടാകും.

പ്രതിമ

പ്രതിമകളെ നിങ്ങൾ നോക്കുന്നതായി കണ്ടാൽ ആലോചനയില്ലാതെ പല പ്രവർത്തനങ്ങളിലും പരിപാടികളിലും ഇടപെടും.

പ്രതിയോഗി

ഒരു പ്രതിയോഗിയെ തോല്പിച്ചതായി സ്വപ്നം കണ്ടാൽ യഥാർത്ഥ ജീവിതത്തിലും അത് സംഭവിക്കും.

പ്രസംഗകൻ

പ്രസംഗം കേൾക്കുന്നതായി സ്വപ്നദർശനമുണ്ടായാൽ നിങ്ങളിൽനിന്നും അന്യകേൾവിക്കാരുടെ ജയഘോഷ കരഘോഷങ്ങൾക്കിടയിൽ നിങ്ങൾ പ്രസംഗിക്കുന്നതായി കാണുന്ന സ്വപ്നഫലം അനിഷേധ്യനേതാവായിത്തീരുമെന്നുള്ളതിന്റെയും സൂചകമാണ്.

പ്രസവം

ശിശുക്കളെ പ്രസവിച്ചതായി കാണുന്ന സ്വപ്നം സുഖജീവിതം അനുഭവപ്പെടുത്തുന്നതാണ്. കുട്ടികൾ മരിച്ചതായിട്ടാണ് കാണുന്നതെങ്കിൽ വലിയ ആപത്തു സംഭവിക്കും.

പ്രഹരം

കത്തി മുതലായ ആയുധങ്ങളാൽ തന്നെ ആരെങ്കിലും പ്രഹരിച്ചതായി കണ്ടാൽ അപകീർത്തിയുണ്ടാകും.

പ്രാതൽ

രാവിലെ തന്റെ കുടുംബാംഗങ്ങളോടൊരുമിച്ച് പ്രാതൽ കഴിക്കുന്നതായും തന്റെ ചെറിയകുട്ടികളാരെങ്കിലും ബഹളമുണ്ടാക്കുന്നതായും കണ്ടാൽ ഒരു വർഷത്തിനുള്ളിൽ തന്റെ വാസസ്ഥലം പരിത്യജിക്കേണ്ടിവരുമെന്നും കടബാദ്ധ്യത വർദ്ധിക്കുമെന്നും അറിയേണ്ടതാണ്.

പ്രേമചിത്രം

കാമുകനെയോ കാമുകിയേയോ ചിത്രം കാണിക്കുന്നതായി കണ്ടാൽ സൗഭാഗ്യവും പ്രണയസാഫല്യവുമുണ്ടാകും.

പ്രേമലേഖനം

1. ഒരു സ്ത്രീയിൽനിന്ന് പ്രേമലേഖനം കിട്ടിയതായി സ്വപ്നം കണ്ടാൽ വിവാഹം സമീപിച്ചിരിക്കുന്നുവെന്ന് ഗ്രഹിക്കണം.

2. നിങ്ങൾ ഒരു പ്രേമലേഖനം അയച്ചുവെന്നാണ് സ്വപ്നമെങ്കിൽ ആഗ്രഹിക്കുന്നത് നടക്കുകയില്ലെന്ന് ഗ്രഹിക്കുക.

ഫലവൃക്ഷങ്ങൾ

ഫലവൃക്ഷത്തോട്ടത്തെ സ്വപ്നം കണ്ടാൽ നിങ്ങൾക്ക് ആരോഗ്യവും സുഖവും ധനവും ലഭിക്കും.

ഫിഡിൽ

ഫിഡിൽ വായിച്ചുകൊണ്ടിരിക്കുന്നത് താൻ കേട്ടുവെന്നു സ്വപ്നം കണ്ടാൽ വിവാഹം മുതലായ ശുഭകാര്യങ്ങൾ വേഗത്തിൽ നടക്കുമെന്നിയുക.

ഫ്ളൂട്ട്വായന

1. ഫ്ളൂട്ടുവായന കേട്ടതായി സ്വപ്നദർശനമുണ്ടായാൽ ജീവിതസുഖവും ധനലാഭവുമുണ്ടാകും.

2. നിങ്ങൾതന്നെ ഫ്ളൂട്ടു വായിക്കുന്നതായി സ്വപ്നം കണ്ടാൽ നിങ്ങൾ ഇടപെടുന്ന ഏതുകാര്യവും വിജയകരമായി ഭവിക്കും.

3. പൊട്ടിയ ഫ്ളൂട്ടാണെങ്കിൽ നിങ്ങളുടെ ആത്മസ്നേഹിതൻ നഷ്ടപ്പെടും.

ബെഞ്ച്

1. പാർക്കിലുള്ള ബെഞ്ച് സ്വപ്നം കണ്ടാൽ ദീർഘകാലത്തെ വിര

ഹാനന്തരം സ്നേഹിതന്മാരുമായി കൂടിച്ചേരും.
2. ധൃതിയായി ബെഞ്ചിലിരുന്ന് പണിയുന്നതായി സ്വപ്നം കണ്ടാൽ മേലധികാരികളുടെ അനുമോദനങ്ങളും ഉദ്യോഗലാഭവും ഫലം.
3. ബെഞ്ചിൻമേൽ തന്റെ, പേര് കൊത്തിയിരിക്കുന്നതായി കണ്ടാൽ നഷ്ടപ്പെട്ട പണവും സമ്പത്തും തിരിച്ചുകിട്ടും.

ബദാംപരിപ്പ്

1. തിന്നുന്നതായി സ്വപ്നം കണ്ടാൽ ജീവിതാഭിവൃദ്ധിയും സമ്പൽസമൃദ്ധിയും ആരോഗ്യവും ഫലം.
2. ബദാംപരിപ്പ് വാങ്ങിക്കുന്നതായുള്ള സ്വപ്നം കണ്ടാൽ നിങ്ങൾ അഭിനന്ദനാർഹമായ ധീരകൃത്യം ചെയ്യുന്നതാണ്.

ബലൂൺ

ബലൂണിനെ സ്വപ്നം കണ്ടാൽ നിങ്ങളുടെ എല്ലാ ആശകളും നിരാശാജനകമായി കലാശിക്കും.

ബസ്സുയാത്ര

ബസ്സിൽ യാത്ര ചെയ്തുകൊണ്ടിരിക്കുമ്പോൾ ആ ബസ്സ് അഗാധമായ ഒരു കൊക്കയിലേക്ക് മറിഞ്ഞതായി സ്വപ്നം കണ്ടാൽ ഒരു മാസത്തിനകം ഒരു അപകടസന്ധി നേരിടേണ്ടിവരും.

ബഹളം

ഒരുവൻ ഉറങ്ങുമ്പോൾ തന്റെ മുന്നിലായി വലിയ ബഹളം നടക്കുന്നതായി സ്വപ്നം കണ്ടാൽ ഭാര്യ തന്നോടു കലഹിച്ച് അവളുടെ വീട്ടിൽ പോയി താമസിക്കുമെന്നറിയുക.

ബാങ്ക്

ബാങ്ക് സ്വപ്നം കാണുന്നത് വരാൻ പോകുന്ന ദുർഘടത്തെയും ദുരിതത്തെയും സൂചിപ്പിക്കുന്നു.

ബാഡ്ജ്

1 നിങ്ങളുടെ ഉടുപ്പിൽ ബാഡ്ജോ മെഡലോ നാടയോ കുത്തുന്നതായി സ്വപ്നം കണ്ടാൽ പൊതുജനങ്ങളിൽനിന്നു ബഹുമതിയും അപാരവിജയവും ഉണ്ടാകും.
2. മറ്റാർക്കെങ്കിലും ബാഡ്ജ് കുത്തിക്കൊടുക്കുന്നതായി കണ്ടാൽ ശുഭവാർത്ത ലഭിക്കുന്നതുമാകുന്നു.

ബാൽക്കണി

1. ഒരു സിനിമാശാലയിലെ ബാൽക്കണിയിലിരിക്കുന്നുവെന്നു സ്വപ്നം കണ്ടാൽ സ്നേഹിതനോ പ്രേമഭാജനമോ കുടുംബാംഗമോ

ആയി കലഹമുണ്ടാകും.

2. ബാൽക്കണിയിൽനിന്നും വീഴുന്നതായി കണ്ടാൽ പുതിയ സംരംഭങ്ങളിൽ ഒന്നും ഇടപെട്ടുകൂടാത്തതാണ്.

ബിൽ

1. ബില്ലിനു പണം കൊടുക്കുന്നായി സ്വപനം കണ്ടാൽ ശുഭസൂചകമാണ്.

2. ബിൽ അയയ്ക്കുന്നതായി കണ്ടാൽ വ്യാപാരാഭിവൃദ്ധി ഫലം

3. ബില്ല് തെറ്റിക്കുന്നതായുള്ള സ്വപ്നം അപ്രതീക്ഷിതമായ ശുഭവാർത്ത സൂചിപ്പിക്കുന്നു.

ബുദ്ധിഭ്രമം

1. നിങ്ങൾക്ക് ബുദ്ധിഭ്രമമുണ്ടെന്ന് സ്വപ്നം കണ്ടാൽ അത് നിങ്ങളുടെ കുളിർമ്മയേറിയ ബുദ്ധിയേയും ദൃഢമായ വിവേകത്തേയും സൂചിപ്പിക്കുന്നു. ജീവിതം സുഖസമൃദ്ധമാണെന്നുള്ള നിങ്ങളുടെ വിശ്വാസത്തെ പൂർവ്വാധികം ഉറപ്പിക്കത്തക്കവണ്ണം നിങ്ങൾക്കുടനെ ഒരു സുഹൃത്തിന്റെ കത്തുകിട്ടുകയും ചെയ്യും.

ബേക്കറി

1. നിങ്ങൾ ഒരു ബേക്കറിയിലാണെന്ന് സ്വപ്നം കണ്ടാൽ സന്താനലാഭമുണ്ടാകും.

2. റൊട്ടിയുണ്ടാക്കുന്നുവെന്ന സ്വപ്നം ശമ്പളവർദ്ധനവിനെ സൂചിപ്പിക്കുന്നു.

3. വല്ലവരും റൊട്ടിയുണ്ടാക്കുന്നതായി സ്വപ്നം കണ്ടാൽ ശുഭവാർത്ത കേൾക്കും.

ബോട്ട്

1. ബോട്ടിലിരിക്കുന്നുവെന്നുള്ള സ്വപ്നം പ്രണയജീവിതത്തിന്റെയും കച്ചവടത്തിന്റെയും വിജയത്തെ സൂചിപ്പിക്കുന്നു.

2. ബോട്ടിൽ കയറുന്നതായി കണ്ടാൽ സ്നേഹിതന്മാരിൽ നിന്നുള്ള ആപത്തിനെയും ബോട്ടിൽനിന്നും വീണതായി കണ്ടാൽ സ്വന്തം പരാജയത്തിനു താൻ തന്നെ ഉത്തരവാദി ആയതിനെയും സൂചിപ്പിക്കുന്നു.

3. ബോട്ടുമത്സരത്തിൽ ജയിച്ചതായി സ്വപ്നം കണ്ടാൽ കച്ചവടം, പ്രണയജീവിതം എന്നിവകളിൽ പ്രതിബന്ധങ്ങൾ നീങ്ങിക്കിട്ടും.

ബോണസ്

ബോണസ് സ്വപ്നം കണ്ടാൽ ശമ്പളവർദ്ധനയും ഉദ്യോഗക്കയറ്റവും ഉടനടിയുണ്ടാകും.

ബ്രാഹ്മണൻ

1. ബ്രാഹ്മണനെ സ്വപ്നം രണ്ടാൽ രോഗപീഡ ഫലം.

2. വസ്ത്രധാരണം ചെയ്തുകൊണ്ടിരിക്കുന്ന ബ്രാഹ്മണനെ സ്വപ്നം കണ്ടാൽ അഗ്നിഭയം ഉണ്ടാകും.

ഭക്ഷണം

1. താൻ ഭക്ഷണം കഴിച്ചതായി സ്വപ്നം കണ്ടാൽ കുടുംബത്തിൽ കലഹവും വ്യാപാരദോഷവും രോഗവും ഫലം.

2. താൻ വെണ്ണ ഭക്ഷിച്ചതായി കണ്ടാൽ ഉദ്യോഗവൃദ്ധിയും വ്യാപാരലാഭവും ഫലം.

3. പായസം ഭക്ഷിച്ചതായി കണ്ടാൽ ദ്രവ്യലാഭം ഫലം.

4. മനുഷ്യമാംസം പചിച്ചോ പചിക്കാതെയോ താൻ ഭക്ഷിക്കുന്നതായി കാണുന്ന സ്വപ്നം വിശേഷധനലാഭത്തെ ഉണ്ടാക്കും.

5. താൻ കുളത്തിന്റെ മദ്ധ്യത്തിലിരുന്നു താമരയിലയിൽ പായസച്ചോറു ഭക്ഷിച്ചുവെന്ന സ്വപ്നം രാജയോഗസിദ്ധിയെ കാണിക്കുന്നു.

ഭക്ഷണസാധനങ്ങൾ

1. തന്റെ മുമ്പിൽ കൂമ്പാരമായി ഭക്ഷണസാധനങ്ങൾ കൂട്ടിയിരിക്കുന്നുവെന്ന സ്വപ്നം ശുഭകരം.

2. അത് ഭക്ഷിച്ചുവെന്ന് കണ്ടാൽ സന്താനവൃദ്ധിയും അതു മറ്റൊരാൾക്കു കൊടുത്തുവെന്ന് കണ്ടാൽ സൽക്കീർത്തിയും അതു തീർന്നുപോയി എന്നു കണ്ടാൽ സ്നേഹിതന്മാർക്കു മരണവും ഫലം.

ഭജന

ഭജനകളോ നാടകാദികളോ സ്വപ്നം കണ്ടാൽ ജീവിതസൗഖ്യം ഫലം.

ഭയം

ഏതോ കണ്ടു താൻ ഭയപ്പെട്ടതായി കാണുന്ന സ്വപ്നം കാര്യസാദ്ധ്യം ഫലം.

ഭരദ്ധ്വാജപ്പക്ഷി

ചകോരം, ഉക്കൻ എന്നെല്ലാം പറയുന്ന പക്ഷിയെ സ്വപ്നം കണ്ടാൽ സർവ്വകാര്യങ്ങളും ശുഭകരം, ധനലാഭം, സന്താനാഭിവൃദ്ധി, സമ്പത്ത് എന്നിവയും ഫലം. (ഭരദ്ധ്വാജമഹർഷി വളർത്തിയതുകൊണ്ടാണ് ഇങ്ങനെ പേര്.)

ഭാഗ്യം

താൻ ഭാഗ്യവാനാണെന്ന് സ്വപ്നമുണ്ടായാൽ പ്രവർത്തനപരാജയം

ഫലം.

ഭാഗ്യക്കുറി

ഭാഗ്യക്കുറിയിൽ സമ്മാനം കിട്ടിയതായി കണ്ടാൽ ഭാഗ്യവാന് സകലപ്രവർത്തനങ്ങളിലും വിജയം ലഭിക്കും.

ഭാണ്ഡം

ഭാണ്ഡങ്ങൾ സ്വപ്നം കണ്ടാൽ വളരെ ക്ലേശങ്ങളും പണക്കുഴപ്പവും നേരിടും.

ഭാണ്ഡക്കെട്ട്

സ്വപ്നം കണ്ടാൽ യാത്രാനന്തരം പ്രധാനപ്പെട്ട മാറ്റങ്ങൾ ജീവിതത്തിലുണ്ടാകും.

ഭാര്യ

1. തന്റെ ഭാര്യ ഹിതാനുവർത്തിനിയല്ലാതെ അനിഷ്ടത്തെ ചെയ്യുന്നതായി സ്വപ്നം കണ്ടാൽ ഭാര്യയുടെ എല്ലാ ഐശ്വര്യങ്ങളും നശിച്ച് വളരെ ദുരിതങ്ങൾ അനുഭവിക്കുന്നതു കാണാനിടയാകും.

2. തന്റെ ഭാര്യ വേശ്യയായി മറ്റു പുരുഷന്മാരുമായി കളിച്ചുരസിക്കുകയും തന്നെ പുച്ഛിക്കുകയും ചെയ്യുന്നതായി കണ്ടാൽ സമീപഭാവിയിൽ അതിയായ മനോവേദന അനുഭവിക്കും. വലിയ നിരാശയുണ്ടാകുകയും ചെയ്യും.

3. ജീവിച്ചിരിക്കുന്ന ഭാര്യ മരിച്ചുപോയതായി കണ്ടാൽ ആ ഭാര്യ ഇരട്ട പ്രസവിക്കുമെന്നും ഗൃഹാനുബന്ധമായി അത്ഭുതകരമായ ശുഭവാർത്ത കേൾക്കാനിടയാകുകയും ചെയ്യും.

ഭാര്യാഗൃഹം

തന്റെ ഭാര്യാഗൃഹത്തിന്റെ പുറകിൽ വിവിധ സസ്യങ്ങൾ വളർത്തിയിട്ടുള്ളതായി സ്വപ്നം കണ്ടാൽ അത് ആപൽഘട്ടത്തെ കുറിക്കുന്നു. മേൽപ്പറഞ്ഞ സ്ഥലത്ത് വാപീകൂപാദികളും വിവിധപുഷ്പലതാദികളും ഉള്ളതായി കണ്ടാൽ അയാൾ പുത്രമിത്രാദികളോടും ഭാഗ്യവതിയായ ഭാര്യയോടും കൂടി അധിവസിക്കാനിടയാകും.

ഭിക്ഷക്കാരൻ

1. ഒരു ഭിക്ഷക്കാരനെ നിങ്ങൾ സഹായിക്കുന്നതായി കണ്ടാൽ കുടുംബസ്വത്തിന് അഭിവൃദ്ധിയും പ്രേമസാഫല്യവുമുണ്ടാകും.

2. ഭിക്ഷക്കാരനെ തിരസ്കരിക്കുന്നതായി കണ്ടാൽ പ്രവർത്തനങ്ങളിൽ പരാജയമുണ്ടാകും.

3. നിങ്ങളും അയാളും പങ്കിട്ടു ഭക്ഷണം കഴിക്കുന്നതായി കണ്ടാൽ ഉയർന്ന സ്ഥാനലബ്ധിയുണ്ടാകും.

ഭിത്തികെട്ട്

1. വെള്ളത്തിൽ ഭിത്തി കെട്ടിയിരിക്കുന്നതായി സ്വപ്നം കണ്ടാൽ തനിക്ക് കഷ്ടകാലം ആരംഭിച്ചിരിക്കുന്നുവെന്നറിയണം.

2. ഭിത്തികെട്ടിയിരിക്കുന്നിടത്തെ വെള്ളം താൻ കുടിച്ചതായി കണ്ടാൽ അധികം കഷ്ടം തന്നെ.

ഭൂചലനം

1. താൻ നിൽക്കുന്ന ഭൂമി ചലിക്കുന്നതായി സ്വപ്നം കണ്ടാൽ വിചാരിച്ച കാര്യങ്ങൾക്ക് ഹാനിയും ധനനഷ്ടവും സംഭവിക്കും.

2. തനിക്ക് ദീർഘകാലമായി പരിചയമുള്ള ഒരു പട്ടണം ഭൂമികുലുക്കംകൊണ്ടു ചലിക്കുന്നതായി കണ്ടാൽ അവിടെയുള്ള തന്റെ സ്നേഹിതന്മാർക്ക് അത്യാപത്തു സംഭവിക്കും.

3. ഭൂചലനംകൊണ്ടു ഭൂമി ഭയങ്കരമായി ഇളകി കീഴ്മേൽ മറിയുന്നതായി കണ്ടാൽ വലിയ ദ്രവ്യനാശം ഉണ്ടാകും.

4. ഭൂമികുലുക്കം മൂലം ഭൂമി താഴ്ന്നുപോയതായി കണ്ടാൽ ദേശീയമായി സർവജനങ്ങളെയും ബാധിക്കുന്ന ആപത്തു സംഭവിക്കും.

ഭൂതം

ഭൂതത്തെയോ നരകത്തെയോ സ്വപ്നം കാണുന്നതായാൽ ക്ലേശകരമായ യാതനകൾക്കു വിധേയമായിത്തീരും.

ഭൂദാനം

ഒരാൾ തനിക്കു ഭൂമി ദാനം ചെയ്യുന്നതായി കണ്ടാൽ അടുത്തു തന്നെ ഒരു സുന്ദരിയെ വിവാഹം ചെയ്യുന്നതാണ്.

ഭൂപടം

താൻ കണ്ടറിഞ്ഞിട്ടുള്ളതോ അറിഞ്ഞിട്ടില്ലാത്തതോ ആയ ദേശങ്ങളുടെ പടം സ്വപ്നം കണ്ടാൽ ദീർഘയാത്രയ്ക്കിടയാകും.

ഭൂമി

1. വിശാലമായ കരകൾ സ്വപ്നം കണ്ടാൽ അനവധി സമ്പത്തു ലഭിക്കും.

2. ഭൂമിയിൽ കൃഷി ഇറക്കുന്നതായി കണ്ടാൽ അമിതമായ ജീവിത സൗകര്യം ലഭിക്കും.

3. ദീർഘകാലം കടലിൽ കഴിച്ചുകൂട്ടിയ ശേഷം തീരഭൂമിയെ സ്വപ്നം കണ്ടാൽ വിഷമപ്രശ്നങ്ങൾക്കു പരിഹാരമുണ്ടാകും.

4. വമ്പിച്ച ഒരു ഭൂവുടമയെ സ്വപ്നം കാണുന്ന ഒരാൾക്ക് ഏറ്റവും ലാഭകരമായ ഒരു കാലഘട്ടം ഉടനെ ആവിർഭവിക്കും.

5. നിത്യപരിചയമുള്ള ഒരു ഭൂമി വീണ്ടുകിട്ടിയതായി കണ്ടാൽ താൻ

താമസിക്കുന്ന സ്ഥലത്തിന് ഏതോ ചില നാശങ്ങളുണ്ടാകും.

6. ഒരുവന്റെ ഭൂമിയിലെ സസ്യങ്ങൾ തഴച്ചുവളർന്ന് ഫലപുഷ്ടമായി കണ്ടാൽ അവന് വേണ്ട ധനം ലഭിക്കുന്നതാണ്.

7. കറുത്ത നിറത്തോടുകൂടിയ ഭൂമിയെ സ്വപ്നം കണ്ടാൽ ദുഷിച്ച അനുഭവമുണ്ടാകും.

8. വിളവിറക്കാതെ ഉഴുതിട്ടിരിക്കുന്ന ഭൂമിയെ സ്വപ്നം കണ്ടാൽ കുടുംബകലഹമുണ്ടാകും.

ഭൃത്യൻ

ഭൃത്യജനങ്ങളെ സ്വപ്നം കണ്ടാൽ പണവും സ്വാധീനവുമുള്ള സ്നേഹിതന്മാരുമായി ബന്ധം പുലർത്തും.

ഭ്രാന്തൻ

താൻ ഭ്രാന്തനായിപ്പോയെന്നോ ഭ്രാന്തന്മാരോടു ചേർന്നിരുന്നുവെന്നോ സ്വപ്നം കണ്ടാൽ ധനവർദ്ധന ഉണ്ടാകും. അയൽവീടുകളിൽ വഴക്കോ ആത്മഹത്യയോ ഉണ്ടാകുമെന്നു മറ്റൊരഭിപ്രായവുമുണ്ട്.

മഞ്ഞിൻതരി

ചെറിയ മഞ്ഞിന്റെ തരികൾ സ്വപ്നം കണ്ടാൽ സൗഭാഗ്യമുണ്ടാകും. ധാരാളം ധനലാഭമുള്ള വിവാഹത്തിൽ ഇടപെടും. സന്താനങ്ങൾക്ക് സർവ്വകാര്യങ്ങളിലും വിജയം.

മഞ്ഞ്

വെളുത്തുശുദ്ധമായ മഞ്ഞ് സ്വപ്നം കണ്ടാൽ പ്രണയസുഖം അനുഭവിക്കും. അഴുക്കായ മഞ്ഞ് കണ്ടാൽ എല്ലാ പരിപാടികളും താറുമാറായിത്തീരും.

മഞ്ഞുകട്ട

1. വിസ്തൃതവും വലിപ്പമേറിയതുമായ ഹിമപോതങ്ങൾ സ്വപ്നം കണ്ടാൽ പ്രതീക്ഷിച്ചിരിക്കാത്ത ശുഭവാർത്ത കേൾക്കുകയും ദുർഘടഘട്ടങ്ങൾ പെട്ടെന്ന് ഒഴിഞ്ഞുമാറുകയും ചെയ്യും.

2. മഞ്ഞുകട്ടകൾകൊണ്ട് ശീതോപചാരം ചെയ്ക, തണുപ്പിക്കുക എന്നിവകൾ അനുഭവിക്കുന്നതായി കണ്ടാൽ ദുഷ്ക്കാലം മാറി നല്ല കാലമുണ്ടാകുന്നതാണ്.

3. മഞ്ഞുകട്ട തലയിൽ വയ്ക്കുന്നതായി കണ്ടാൽ പെട്ടെന്ന് ഉദ്യോഗക്കയറ്റം കിട്ടുന്നതാണ്.

4. തെരുവീഥികളിൽ മഞ്ഞുകട്ടകൾ ചിതറിക്കിടക്കുന്നുവെന്ന് സ്വപ്നം കണ്ടാൽ നിങ്ങൾ ഒരു പുതിയ വ്യവസായത്തിൽ ഏർപ്പെ

ടുന്നതും അതിൽ അഭിവൃദ്ധിയുണ്ടാകുന്നതുമാണ്.

5. മഞ്ഞുകട്ട ഉരുകുന്നതായി സ്വപ്നം കണ്ടാൽ നിങ്ങളുടെ പ്രവർത്തനങ്ങളെല്ലാം കഷ്ടത്തിലാകും.

മഞ്ഞുതുള്ളി

1. മഞ്ഞുതുള്ളികൾ എവിടെയെങ്കിലും പതിച്ചിരിക്കുന്നതായി സ്വപ്നം കണ്ടാൽ നിങ്ങൾക്കുണ്ടാകുന്നതായ പ്രതിബന്ധങ്ങൾ തീരുന്നതും ജീവിതാഭിവൃദ്ധിയുണ്ടാകുന്നതുമാണ്.

2. കണ്ണാടിയിൽ മഞ്ഞുതുള്ളികൾ പതിച്ചിരിക്കുന്നതായി സ്വപ്നം കണ്ടാൽ മാനസികമോ ശാരീരികമോ ആയ ഒരു മത്സരത്തിൽ വിജയിയായി സമ്മാനം ലഭിക്കുന്നതാണ്

മടി

നിങ്ങൾ മടിയനായിരിക്കുന്നുവെന്നോ ഒരു മടിയനെയോ സ്വപ്നം കണ്ടാൽ വ്യാപാരനഷ്ടവും ആരോഗ്യഹാനിയും ഫലം. സ്നേഹിതന്മാർ ശത്രുക്കളായും തീരുന്നതാണ്.

മടിയൻ

ഒരു മടിയനെ കാണുകയോ അവനുമായി സംസാരിക്കുകയോ ചെയ്യുന്നതായി സ്വപ്നം കണ്ടാൽ അത് കഷ്ടകാലത്തെയും നിർഭാഗ്യാവസ്ഥയെയും സൂചിപ്പിക്കുന്നു.

മൺകുഴി

1. യാത്ര ചെയ്തുകൊണ്ടിരിക്കുമ്പോൾ യാദൃച്ഛികമായി കാൽ വഴുതി ഒരു മൺകുഴിയിൽ വീണുവെന്നു സ്വപ്നം കണ്ടാൽ അസഹ്യമായ ബുദ്ധിമുട്ടുകളുണ്ടാവും.

2. കലം മെനയുന്നവർ കുഴിച്ചു മണ്ണെടുത്ത കുഴിയെ കാണുകയും അതിൽ യാദൃച്ഛികമായി വീഴുകയും ചെയ്യുന്നുവെന്ന് സ്വപ്നം കണ്ടാൽ ആയത് അശുഭകരമായ ഫലത്തെ സൂചിപ്പിക്കുന്നു.

മണി

1. വളരെ ദൂരത്തായി മണിനാദം കേൾക്കുന്നുവെന്ന സ്വപ്നം ശുഭവാർത്തകൾ കേൾക്കാൻ സംഗതിയാകും. സ്വഭവനത്തിൽ മംഗളകരങ്ങളായ വിവരങ്ങൾ നടക്കുകയും ചെയ്യും.

2. ആകാശത്ത് മണി തൂക്കിയിരിക്കുന്നതായി സ്വപ്നം കണ്ടാൽ സൗഭാഗ്യകരവും സുദീർഘവുമായ ജീവിതാനുഭവത്തിനിടയാകും.

3. നേരം വൈകി എന്നു വിചാരിച്ച് മണിനാദം എണ്ണുന്നതായി സ്വപ്നം കണ്ടാൽ അത് ദോഷഫലത്തെ സൂചിപ്പിക്കുന്നു.

മത്തി

1. മത്തിയെ കാണുകയോ വാങ്ങിക്കുകയോ ചെയ്യുന്നതായി സ്വപ്നം കണ്ടാൽ നിങ്ങൾ അപകടം കൂടാതെ ജലയാത്ര ചെയ്യും.

2. മത്തി ഭക്ഷിക്കുന്നതായി കണ്ടാൽ ആരോഗ്യസൂചകമാണ്.

മത്സ്യം

ഒരു മീൻകച്ചവടക്കാരൻ കുട്ടനിറയെ മത്സ്യം കൊണ്ടുപോകുന്നതായി സ്വപ്നം കണ്ടാൽ അടുത്ത ദിവസത്തിനുള്ളിൽ തനിക്കു വലിയ ധനലാഭമുണ്ടാകും.

മദ്യം

1. ലഹരി പിടിക്കാത്ത മദ്യം കുടിച്ചതായി സ്വപ്നം കണ്ടാൽ കായികവും മാനസികവുമായ സർവ്വ പ്രവൃത്തികളും വിജയപ്രദമായിരിക്കും.

2. കുടിച്ച് ലഹരി പിടിച്ചതായി കാണുന്ന സ്വപ്നം ദുർവൃത്തികൾ കൊണ്ട് ധനനഷ്ടത്തിനിടയാക്കും.

3. മദ്യസംബന്ധിയായ സ്വപ്നം വിവാഹാദികളെയും ഐശ്വര്യാഭിവൃദ്ധിയേയും സൂചിപ്പിക്കുന്നു.

4. മദ്യപാനം ഉപേക്ഷിച്ചു പോയവരോടൊന്നിച്ച് മദ്യപാനം ചെയ്തുവെന്നും ഉടനെ ഒരു പട്ടി കടിച്ചുവെന്നും സ്വപ്നം കണ്ടാൽ താമസമെന്യേ പനി പിടിച്ചു മരിക്കുന്നതാണ്.

മദ്യവർജ്ജനം

മദ്യപാനം ഉപേക്ഷിച്ചതായി സ്വപ്നം കണ്ടാൽ സൗഭാഗ്യകരമായ ഓരോ ഗുണത്തെ സൂചിപ്പിക്കുന്നു.

മധുരനാരങ്ങ

1. മധുരനാരങ്ങയെയോ അതിന്റെ നിറമോ സ്വപ്നം കണ്ടാൽ വലിയ സമ്പത്തിന്റെ ആധിപത്യവും അത്യത്ഭുതമായ ആനന്ദവും ഉണ്ടാകും.

2. നാരങ്ങ പറിക്കുന്നതായി കാണുന്ന സ്വപ്നം വ്യാപാരത്തിൽ നഷ്ടം നേരിടുമെന്നുള്ളതിനെ സൂചിപ്പിക്കുന്നു.

3. മധുരനാരങ്ങ തിന്നുന്നതായി കാണുന്ന സ്വപ്നം നഷ്ടപ്പെട്ട മുതലെല്ലാം തിരിച്ചുകിട്ടുമെന്നുള്ളതിനെ സൂചിപ്പിക്കുന്നു.

മനുഷ്യഞരമ്പ്

മനുഷ്യന്റെ ഞരമ്പുകളെ നെഞ്ചിൽ വാരി അണിഞ്ഞുകൊണ്ട് ഗ്രാമമദ്ധ്യത്തിൽ നിൽക്കുന്നതായി സ്വപ്നം കണ്ടാൽ അവന്അനേകം ഗ്രാമങ്ങളുടെ ആധിപത്യം കിട്ടും.

മന്ദാനിലൻ

സുഗന്ധപൂരിതമായ മന്ദവായു - ഇളംകാറ്റ് - വീശിക്കൊണ്ടിരിക്കുന്നതായി സ്വപ്നം കണ്ടാൽ നിനച്ചിരുന്ന കാര്യങ്ങൾ ഇഷ്ടാനുസരണം സാധിക്കുന്നതാണ്.

മന്ത്രവാദി

മന്ത്രവാദിയെ സ്വപ്നം കണ്ടാൽ ചെങ്കണ്ണ് എന്ന നയനരോഗം ഉണ്ടാകും.

മയിൽ

1. മയിലിനെ സ്വപ്നം കണ്ടാൽ വിശേഷലാഭവും സന്താനാഭിവൃദ്ധിയുമുണ്ടാകും.

2. വൈവാഹികബന്ധത്തിൽ പെടാത്ത സ്ത്രീകൾ മയിലിനെ സ്വപ്നം കണ്ടാൽ വേഗത്തിൽ വിവാഹം നടക്കുന്നതും അമ്മായിയമ്മ മുഖേന വിശേഷാൽ ധനലാഭമുണ്ടാകുമെന്നും അറിയേണ്ടതാണ്.

3. വിധവകൾ മയിലിനെ സ്വപ്നം കണ്ടാൽ മൗക്തികങ്ങളായ തീർത്ഥാടനം പുണ്യകഥാശ്രവണം മുതലായ ശുഭഫലങ്ങൾ അനുഭവപ്പെടുന്നതാണ്.

മരംകയറ്റം

ഒരുവൻ മരത്തിൽ കയറിയതായി സ്വപ്നം കണ്ടാൽ തനിക്ക് ആതിഥ്യവും ദ്രവ്യലാഭവും ശരീരസുഖവും ഉണ്ടാകുന്നതാണ്.

മരണം

1. സ്നേഹിതൻ മരിച്ചുപോയതായി സ്വപ്നം കണ്ടാൽ സന്തോഷവാർത്ത കേൾപ്പാനിടയാകും.

2. താൻ മരിച്ചുപോയതായ സ്വപ്നം ശുഭഫലം ചെയ്യും.

3. ബന്ധുക്കൾ മരിച്ചുപോയതായി സ്വപ്നം കണ്ടാൽ അവരുടെ പീഡ തീരും.

4. അവരെ കൊന്നതായി സ്വപ്നം കണ്ടാൽ താൻമൂലം അവർക്ക് ഉപയോഗം ഉണ്ടാകും. അവർ തന്നെ കൊന്നതായി കണ്ടാൽ ധനലാഭമുണ്ടാകും.

മരപ്പന്ത്

മരപ്പന്തുകൊണ്ട് കളിക്കുന്നതായി സ്വപ്നം കണ്ടാൽ ആരോഗ്യവും ദീർഘായുസ്സും അനുഭവമായിത്തീരും.

മരിച്ചവർ

മരിച്ചുപോയവരുമായി സംസാരിച്ചുവെന്ന് സ്വപ്നം കാണുന്നവന്

കീർത്തിയുണ്ടാകും.

മരുന്നുകൾ

1. മരുന്നുകളെ സ്വപ്നം കണ്ടാൽ അരോഗികൾക്ക് രോഗവും രോഗികൾക്ക് രോഗവിമുക്തിയുമുണ്ടാകും.

2. നല്ല രുചിയുള്ള മരുന്നുകൾ താൻ സേവിച്ചതായി കണ്ടാൽ ഭാര്യയോട് ചേർന്ന് അന്യോന്യം സ്നേഹത്തോടുകൂടി രമിച്ചിരിക്കും.

3. കയ്പ്പോ ചവർപ്പോ ഉള്ള മരുന്നുകൾ താൻ സേവിച്ചതായി കണ്ടാൽ രക്ഷിതാക്കൾക്ക് തന്നോട് അപ്രിയം ഉണ്ടാകും. ലേഹ്യം തിന്നതായി കണ്ടാൽ ധനലാഭമുണ്ടാകും.

മരുമകൾ

1. പുത്രന്റെ ഭാര്യയെ സ്വപ്നം കണ്ടാൽ സുഖവും സന്തോഷവും ഉണ്ടാവും.

2. അമ്മായിയമ്മ മരുമകളെ സ്വപ്നം കണ്ടാൽ അനർത്ഥവും കലഹവും ഉണ്ടാകും.

മലകയറ്റം

1. പടികളില്ലാത്ത ഒരു മലയുടെ മുകളിൽ താൻ പറ്റിപ്പിടിച്ചു കയറിച്ചുറ്റി നടക്കുന്നതായി സ്വപ്നം കണ്ടാൽ പലവിധത്തിലുള്ള ആപത്തുകൾ സംഭവിക്കും.

2. പണിപ്പെട്ടുകയറി മലയുടെ കൊടുമുടിയിൽ എത്തിയതായി കണ്ടാൽ ആദ്യമായി തനിക്ക് ആപത്തുകൾ ഉണ്ടാകുകയും പിന്നീട് ധനലാഭം ഉണ്ടാകുകയും ചെയ്യും.

3. മലയുടെ മുകളിൽ കയറിക്കൊണ്ടിരിക്കുമ്പോൾ കാൽതെറ്റി വീണുപോയതായി കണ്ടാൽ കഷ്ടത സംഭവിക്കും.

4. മലയിൽ കയറി പോകുമ്പോൾ മേൽഭാഗത്ത് എത്തുന്നതിനു മുമ്പ് സ്വപ്നത്തിൽ നിന്ന് ഉണർന്നുപോയാൽ ദുസ്സഹമായ വ്യസനം സഹിക്കേണ്ടിവരും.

മഷി

1. മഷി സ്വപ്നം കണ്ടാൽ നിങ്ങളുടെ എല്ലാ പ്രവൃത്തികൾക്കും തെറ്റിദ്ധാരണയുണ്ടാകും.

2. മഷി മറിഞ്ഞുകളഞ്ഞതായി കണ്ടാൽ സ്നേഹിതന്മാർമൂലം പണവിവാദമുണ്ടാകും.

3. മഷിയടയാളം തൂത്തുകളയുന്നതായി കണ്ടാൽ സ്നേഹിതന്മാർമൂലം പണവിവാദമുണ്ടാകും.

മസൂരി

തനിക്ക് മസൂരി രോഗം പിടിപെട്ടിരിക്കുന്നതായി സ്വപ്നം കണ്ടാൽ വിശേഷധനലാഭമുണ്ടാകും.

മഴ

1. കാറ്റടിക്കാതെ മഴ പെയ്യുന്നായി സ്വപ്നം കണ്ടാൽ സമ്പൽസമൃദ്ധിയുണ്ടാകും. കർഷകർക്ക് ഈ സ്വപ്നം ശുഭമാണ്. കൃഷിക്ക് നാശമില്ലാതെ വിളവു വർദ്ധിക്കും.

2. മഴ പെയ്യുന്നതായി സ്വപ്നം കാണുകയോ അല്പം വെള്ളം ഒലിച്ചുവരുന്നതായി കാണുകയോ ചെയ്താൽ ലോകത്തു പകർച്ചവ്യാധികൾ വ്യാപിക്കാൻ പോകുന്നുവെന്നറിയണം.

3. മഴവെള്ളം വീണുകൊണ്ടിരിക്കുമ്പോൾ ഉയർന്നു ചിതറി വീഴുന്നതായി കണ്ടാൽ പലകാലങ്ങളായി തനിക്കു നേരിട്ടുകൊണ്ടിരുന്ന കഷ്ടതകൾ മാറിക്കിട്ടും.

4. ചാറ്റൽമഴ കണ്ടാൽ പണമിടപാടുകളിൽ വിജയമുണ്ടാകും.

5. പുരപ്പുറത്തു മഴ വീഴുന്നതായി കാണുന്ന സ്വപ്നം സൽസന്താനലാഭത്തെ സൂചിപ്പിക്കുന്നു.

മഴവില്ല്

1. മഴവില്ലിനെ സ്വപ്നം കണ്ടാൽ എല്ലാ കാര്യങ്ങൾക്കും സുഖവും സന്തോഷവും ഉണ്ടാകുകയും ആശകൾ സഫലീകരിക്കുകയും ചെയ്യും.

2. കിഴക്കെ ദിക്കിൽ തെളിഞ്ഞ മഴവില്ല് സ്വപ്നം കണ്ടാൽ ദരിദ്രർക്ക് മേന്മയും ധനികർക്കു താഴ്ചയും ഉണ്ടാകും.

3. പടിഞ്ഞാറേ ദിക്കിൽ കണ്ടാൽ ധനവാന്മാർക്ക് മേന്മയും ദരിദ്രർക്ക് താഴ്ചയും ഫലം.

4. മഴവില്ല് തന്റെ നെറ്റിക്ക് നേരെയോ സമീപത്തിലോ കിടക്കുന്നതായി കണ്ടാൽ ദരിദ്രർക്കു ധനലാഭവും ധനികർക്കു ധനനഷ്ടവും ഉണ്ടാകും.

മഴു

മഴുവിനെ സ്വപ്നം കണ്ടാൽ ജോലി നഷ്ടപ്പെടുന്നതാണ്.

മറവി

യാത്രയ്ക്കുവേണ്ട സാധനങ്ങൾ മറന്നുപോയതായി സ്വപ്നം കണ്ടാൽ യാത്ര സുഖകരവും വിജയകരവുമായിരിക്കയില്ല.

മാട്ടിറച്ചി

മാട്ടിറച്ചി സ്വപ്നം കണ്ടാൽ അഭിവൃദ്ധിയുണ്ടാകും.

മാല

തന്റെ കഴുത്തിൽ സ്വർണ്ണമാല അണിഞ്ഞതായി സ്വപ്നം കണ്ടാൽ കാര്യസിദ്ധിയുണ്ടാകും.

മിന്നൽ

ആകാശത്തു കാണപ്പെട്ട മിന്നൽപ്പിണറിനാൽ തന്റെ കണ്ണ് മഞ്ചിപ്പോയതായോ ഇടിനാദംകൊണ്ട് ചെകിട് അടച്ചുപോയതായോ ഇടിത്തീകൊണ്ട് തനിക്കോ അന്യർക്കോ ആപത്തു സംഭവിച്ചതായോ സ്വപ്നം കണ്ടാൽ അനിഷ്ടകരമായ അത്യാപത്തുകൾ സംഭവിക്കും.

മീൻ

മീനിനെ വെള്ളത്തിൽ സ്വപ്നം കണ്ടാൽ സന്തോഷവും കരയിൽ കണ്ടാൽ സന്താപവുമുണ്ടാകും.

മീൻപിടുത്തം

മീൻ പിടിക്കുന്നതായുള്ള സ്വപ്നം സൗഭാഗ്യത്തെയും പ്രവർത്തനവിജയത്തെയും സൂചിപ്പിക്കുന്നു.

മീശക്കാരൻ

താടിമീശ വളർത്തിയവനെ സ്വപ്നം കണ്ടാൽ സ്വത്തുവർദ്ധിക്കുമെങ്കിലും ശരീരസുഖവും മനസ്സുഖവും കുറയുന്നതാണ്.

മുഖം

തന്റെ മുഖം വാടിയിരിക്കുന്നതായി സ്വപ്നം കണ്ടാൽ തനിക്കു ദ്രവ്യലാഭം ഉണ്ടാകും.

മുതല

മുതല, ചീങ്കണ്ണി എന്നിവയെ കണ്ടാൽ സഹായിയായി പ്രവർത്തിക്കുന്ന ഒരു എതിരാളി തനിക്കുണ്ടെന്നും ഉണ്ടാകാൻ പോകുന്ന ആപത്തുകൾക്ക് മുൻകരുതലുകൾ എടുക്കണമെന്നും അറിയുക. കച്ചവടത്തിൽ ഒരു വലിയ എതിരാളി ഉണ്ടാകുന്നുവെന്നും കടഭാരം വർദ്ധിക്കുമെന്നും കൂടി ഗ്രഹിച്ചുകൊള്ളണം.

മുത്ത്

മുത്തുകൾ സ്വപ്നം കണ്ടാൽ ഉന്നതനായ ഒരു വ്യക്തിയുടെ സഹായത്താൽ ഉത്കൃഷ്ടമായ ജീവിതസൗഭാഗ്യം ഉണ്ടാകുന്നതാണ്.

മുന്തിരിപ്പഴം

മുന്തിരിപ്പഴം തിന്നുന്നതായി സ്വപ്നം കണ്ടാൽ ദീർഘകാലത്തെ ആരോഗ്യവും വ്യാപാരവിജയവും സിദ്ധിക്കും. പുരുഷന്മാർ ഈ

സ്വപ്നം കണ്ടാൽ ഭാര്യാസുഖവും സ്ത്രീ കണ്ടാൽ ഭർത്തൃസുഖവും ഫലം.

മുയൽ

മുയലിനെ സ്വപ്നം കണ്ടാൽ ജീവിതസൗഭാഗ്യവും ബന്ധുദർശനവും ധനലാഭവും ഉണ്ടാകുമെങ്കിലും സന്താനം നിലനില്ക്കയില്ല.

മുഷ്ടിയുദ്ധം

മുഷ്ടിയുദ്ധം സ്വപ്നം കണ്ടാൽ അശുഭമാണ്. വ്യാപാരത്തിൽ അധഃപതനവും ധനനഷ്ടവും ഉണ്ടാകും.

മുള്ള്

ഭക്ഷണം കഴിക്കാൻ മുള്ള് ഉപയോഗിക്കുന്നതായി സ്വപ്നം കാണുന്നത് കുടുംബസുഖത്തെയും സമാധാനത്തെയും ഉണ്ടാക്കും.

മുറിവ്

വല്ലവിധത്തിലും മുറിവേറ്റതായി സ്വപ്നം കണ്ടാൽ കത്തിയോ മൂർച്ചയുള്ള മറ്റ് ആയുധങ്ങളോ കൈകാര്യം ചെയ്യാതിരിക്കുന്നത് നന്ന്.

മൂക്ക്

മൂക്കിൽക്കൂടി രക്തം വരുന്നതായി സ്വപ്നം കണ്ടാൽ നഷ്ടമുണ്ടാകും.

മൂങ്ങ

1. ഇതിനെ സ്വപ്നം കണ്ടാൽ സ്നേഹിതന്മാർ മൂലം അപമാനിതനാകും.

2. മൂങ്ങയുടെ ആകൃതിയിലുള്ള ആഭരണമണിഞ്ഞതായി സ്വപ്നം കണ്ടാൽ കഷ്ടകാലം നീങ്ങി സമൃദ്ധിയുണ്ടാകും.

മൂടൽമഞ്ഞ്

മൂടൽമഞ്ഞ് സ്വപ്നം കണ്ടാൽ കാര്യവിഘ്നവും വിഷമതകളും ഫലം.

മൂത്ത സഹോദരൻ

ജ്യേഷ്ഠസഹോദരനെ സ്വപ്നം കാണുന്നത് കുടുംബജീവിതത്തിലുള്ള ഐകമത്യത്തെ സൂചിപ്പിക്കുന്നു.

മൂരിനിവരുക

താൻ മൂരിനിവരുന്നതായി സ്വപ്നം കണ്ടാൽ ദുഃഖമാണ് ഫലം.

മൃഗം

പലവിധത്തിലുള്ള മൃഗങ്ങളെ സ്വപ്നം കണ്ടാൽ കഠിനമായ പ്രയ

ത്നത്തിനുശേഷം സമാധാനവും സംതൃപ്തിയും ഉണ്ടാകും.

മേല്പുര

ഒരു കെട്ടിടത്തിന്റെ മേല്പുര മുകളിൽ താൻ നിൽക്കുന്നതായോ ഇരിക്കുന്നതായോ സ്വപ്നം കണ്ടാൽ സർവ്വാഭീഷ്ടവും സാധിക്കും.

മേശവിരി

ശുദ്ധമായ മേശവിരി സ്നേഹത്തെയും അശുദ്ധമായ മേശവിരി കലഹത്തെയും സൂചിപ്പിക്കുന്നു.

മോചനം

തന്നിൽ ആരോപിതമായ കുറ്റത്തിൽനിന്നു മോചനം പ്രാപിച്ചതായി സ്വപ്നം കണ്ടാൽ കുറ്റം ആരോപിച്ച വ്യക്തിയുടെ പ്രവൃത്തി ഫലിക്കാതെ തന്റെ ജീവിതം ഐശ്വര്യാഭിവൃദ്ധിയെ പ്രാപിക്കുമെന്ന് വിചാരിച്ചുകൊൾക.

മോതിരം

1. തന്റെ ചെറുവിരലിൽ മോതിരം ഇട്ടതായി സ്വപ്നം കണ്ടാൽ ദാമ്പത്യജീവിതം ശോഭനമായിത്തീരും.
2. മോതിരം കാണാതെ പോയതായി കണ്ടാൽ ദമ്പതികൾ പരസ്പരം കലഹിച്ച് ദാമ്പത്യജീവിതം വഷളായിത്തീരും. മോതിരം കണ്ടുകിട്ടിയതായി കാണുന്ന സ്വപ്നം ശുഭസൂചകമാണ്.
3. മോതിരം വാങ്ങിക്കുകയോ കൊടുക്കുകയോ ചെയ്യുന്നതായി കണ്ടാൽ നിങ്ങളുടെ വിവാഹം ഒരു വർഷത്തിനകം നടക്കും.

മോര്

മോര് കുടിച്ചതായി സ്വപ്നം കണ്ടാൽ സ്ഥിതിഗതികൾ ഭേദം കൂടാതെ ആരോഗ്യവും ഐശ്വര്യവും സമനിലയിൽ ഇരിക്കുന്നതാണ്.

മോഷണം

1. മനസ്സടക്കാൻ കഴിയാതെ താൻ മോഷണം നടത്തിയതായി സ്വപ്നം കണ്ടാൽ ആപത്തുണ്ടാകും.
2. മറ്റൊരുവൻ തന്റെ സ്വത്തുക്കൾ മോഷ്ടിച്ചതായി കണ്ടാൽ സ്വജനങ്ങളുടെ വേർപാടിനിടയാകും.

മോഹാലസ്യം

1. തനിക്ക് മോഹാലസ്യം ഭവിക്കുന്നതായി സ്വപ്നം കണ്ടാൽ തന്റെ ലാഭകരമായ എല്ലാ പരിപാടികളും തകരാറിലാകും.
2. ഒരു സ്ത്രീ മോഹാലസ്യപ്പെടുന്നതായി സ്വപ്നം കണ്ടാൽ അത്ഭുതകരമായ ആഹ്ലാദം നല്കുന്ന കാര്യങ്ങൾ ഉണ്ടാകും.

3. നിങ്ങളുടെ എടുത്തുചാട്ടംകൊണ്ട് ആരെങ്കിലും പെട്ടെന്ന് ബോധം കെടുന്നതായി സ്വപ്നം കാണുന്നത് എല്ലാവിധത്തിലും ദുഃഖകരമായിട്ടുള്ളതാണ്.

യക്ഷി

യക്ഷിയെ സ്വപ്നം കണ്ടാൽ രോഗമോ മരണമോ പ്രതീക്ഷിക്കാവുന്നതാണ്.

യക്ഷിക്കഥകൾ

യക്ഷിക്കഥകൾ വായിക്കുന്നതായി കണ്ടാൽ എല്ലാവരും നിങ്ങളെ സ്നേഹിക്കുകയും അഭിനന്ദിക്കുകയും ചെയ്യും.

യന്ത്രങ്ങളുടെ ചക്രം

യന്ത്രങ്ങൾ നടത്തുന്ന ചക്രം സ്വപ്നം കണ്ടാൽ ഉടനെ ഗുണകരങ്ങളായ മാറ്റങ്ങൾ ഉണ്ടാകും.

യന്ത്രവണ്ടികൾ

യന്ത്രവണ്ടികൾ ഓടിക്കുന്നതായി കാണുന്ന സ്വപ്നം ഐശ്വരാഭിവൃദ്ധിയേയും ധനലാഭത്തേയും സൂചിപ്പിക്കുന്നു.

യാത്ര പറച്ചിൽ

1. സ്നേഹിതന്മാരോടോ ബന്ധുക്കളോടോ യാത്ര ചോദിക്കുന്നതായി സ്വപ്നം കണ്ടാൽ വ്യാപാരനഷ്ടവും പണനഷ്ടവും ഫലം.

2. കാമുകീകാമുകന്മാർ യാത്രപറയുന്ന അവസരത്തിൽ പരസ്പരം ചുംബിക്കുന്നതായി സ്വപ്നം കണ്ടാൽ കാലക്രമത്തിൽ പ്രേമത്തിന്റെ ശക്തിയും ആത്മാർത്ഥതയും കുറഞ്ഞുപോകും.

3. ആളുകൾ നിങ്ങളോട് യാത്ര പറയുന്നതായി സ്വപ്നം കണ്ടാൽ പലവിധത്തിലും ജീവിതത്തിൽ ഉയർച്ചയുണ്ടാകും.

യുദ്ധക്കളം

യുദ്ധമോ യുദ്ധക്കളമോ സ്വപ്നം കണ്ടാൽ അടുത്തുതന്നെ അടുത്തുള്ളവരുമായി കലഹമുണ്ടാകും. യുദ്ധം ജയിച്ചതായി കണ്ടാൽ ശുഭസൂചകമാണ്.

രക്തം

1. തലയിലോ മുഖത്തോ രക്തം ഒഴുകുന്നതായി സ്വപ്നം കണ്ടാൽ രോഗമുണ്ടാകുമെന്നും അതു ഭേദമാകകുമെന്നും അറിയുക.

2. മൂക്കിൽക്കൂടി രക്തം ഒഴുകുന്നതായി കണ്ടാൽ സമ്പത്തും പണവും നഷ്ടപ്പെടും.

3. രക്തം പുരണ്ട നീട്ടിയ കൈകൾ സ്വപ്നം കണ്ടാൽ അഭിവൃദ്ധിമൂലമുള്ള സന്തോഷവും പലവിധ അഭിനന്ദനാനുമോദനങ്ങളും

ലഭിക്കും.

4. തന്റെ ശരീരത്തിൽനിന്നും രക്തം ഒലിക്കുന്നതായി കണ്ടാൽ താമസംവിനാ അധികം കഷ്ടതകൾ അനുഭവിക്കേണ്ടിവരും.

5. തന്റെ നെറ്റിയിൽക്കൂടി രക്തം ഒലിക്കുന്നുവെന്നു സ്വപ്നം കണ്ടാൽ കഷ്ടത അനുഭവിക്കും.

രക്തപ്രവാഹം

രക്തപ്രവാഹം നദിയായി ഒഴുകുന്നുവെന്നു സ്വപ്നം കണ്ടാൽ താമസമെന്യേ വലിയ ജലപ്രളയമുണ്ടായി വലിയ നാശനഷ്ടങ്ങളും ആപത്തുകളും സംഭവിക്കുന്നതാണ്.

രക്ഷകർത്താവ്

രക്ഷകർത്താക്കളെ സ്വപ്നം കണ്ടാൽ പലവിധമായ ഗുണവും അഭിവൃദ്ധിയുമുണ്ടാകും. അച്ഛനെയും അമ്മയെയും പ്രത്യേകമായും ഒരുമിച്ചും കാണുന്ന സ്വപ്നം വളരെ ശുഭകരമായിട്ടുള്ളതാണ്.

രക്ഷിക്കൽ

1. പുരുഷൻ മറ്റൊരു പുരുഷനെയോ സ്ത്രീ മറ്റൊരു സ്ത്രീയെയോ രക്ഷിക്കുന്നതായി സ്വപ്നം കണ്ടാൽ കൂട്ടുകച്ചവടത്തിൽ വലിയ ആദായമുണ്ടാകും.

2. പുരുഷൻ സ്ത്രീയേയോ സ്ത്രീ പുരുഷനെയോ രക്ഷിക്കുന്നതായി കണ്ടാൽ മനോസുഖവും സന്തോഷവുമുണ്ടാകും.

2. ഒരു ശിശുവിനെയോ മൃഗത്തേയോ രക്ഷിക്കുന്നതായി സ്വപ്നം കണ്ടാൽ അതു സൗഭാഗ്യകരമായിരിക്കും.

രത്നക്കല്ല്

ചുവന്ന രത്നക്കല്ല് സ്വപ്നം കണ്ടാൽ അരോഗതയുടെയും സുഖഭോഗസമൃദ്ധിയുടെയും ഉദ്ദേശ്യരഹിതമായ യാത്രയുടെയും സൂചകമായിരിക്കും.

രത്നങ്ങൾ

1. പവിഴം, ഗോമേദകം, പുഷ്യരാഗം മുതലായ രത്നങ്ങൾ സ്വപ്നം കണ്ടാൽ ദ്രവ്യലാഭവും സന്താനലാഭവും ഫലം.

2. സ്ത്രീയാണ് ഈ സ്വപ്നം കാണുന്നതെങ്കിൽ സന്താനപ്രാപ്തിയുണ്ടാകും. വിധവകളാണെങ്കിൽ യാത്ര ചെയ്യാൻ സംഗതിയാകും.

രത്നസുവർണ്ണാദികൾ

രത്നസുവർണ്ണാദികൾ വാരിയെടുക്കുന്നതായി സ്വപ്നം കണ്ടാൽ തന്റെ സ്വത്തിന് സാരമായ നഷ്ടമുണ്ടാകുന്നതാണ്. സ്ത്രീയാണ് ആ സ്വപ്നം കാണുന്നതെങ്കിൽ അവരുടെ ആഭരണാദിവസ്തു

ക്കൾക്ക് നഷ്ടം സംഭവിക്കും.

രഥം

രഥം സ്വപ്നം കണ്ടാൽ കച്ചവടത്തിൽ ലാഭം കിട്ടുന്നതാണ്.

രശ്മിരഹിതസൂര്യൻ

രശ്മിയില്ലാത്ത സൂര്യബിംബത്തെ സ്വപ്നം കണ്ടാൽ ആപൽഘട്ടം അടുത്തിരിക്കുന്നുവെന്നറിയണം. ബന്ധുമരണം മുതലായ അനിഷ്ടസംഭവങ്ങളും ഉണ്ടാകും.

രസം

രസത്തെ സ്വപ്നം കണ്ടാൽ അടുത്ത അവസരത്തിൽ നല്ല സമ്പാദ്യമുണ്ടാകുന്നതാണ്.

രാക്ഷസൻ

രാക്ഷസനെ സ്വപ്നം കണ്ടാൽ ജീവിതത്തിൽ വലിയ പ്രതിബന്ധങ്ങളുണ്ടാകും.

രാക്ഷസി

രാക്ഷസിയെ സ്വപ്നം കണ്ടാൽ രോഗവും മരണവും ഫലം.

രാജകുമാരൻ

ഒരു യുവതി രാജകുമാരനെ സ്വപ്നം കണ്ടാൽ സുന്ദരനായ ഒരു യുവാവിനെ ഉടനെ വിവാഹം ചെയ്യാനിടയാകും.

രാജസന്നിധി

തന്നെ രാജസന്നിധിയിൽ ഹാജരാക്കിയതായും വലിയ സമ്മാനം കിട്ടിയതായും സ്വപ്നം കണ്ടാൽ ഒരു വർഷത്തിനകം ജനപ്രതിനിധിയായി പ്രസിദ്ധിയാർജ്ജിക്കും.

രാജാവ്

1. താൻ വസിക്കുന്ന നാടിനെയോ ദേശത്തെയോ രക്ഷിക്കുന്ന രാജാവിന്റെയോ ദേശാധിപതിയുടെയോ ജാതിക്കാരെ സ്വപ്നം കണ്ടാൽ ക്ഷേമവും അഭിവൃദ്ധിയും ഉണ്ടാകും.

2. അന്യദേശരാജാക്കന്മാരെ സ്വപ്നം കണ്ടാൽ മൃഷ്ടാന്നഭോജനം, നൂതന വസ്തുലാഭം മുതലായ ഇഷ്ടഫലങ്ങൾ സിദ്ധിക്കും.

രാജ്ഞി

രാജ്ഞിയെ സ്വപ്നം കണ്ടാൽ ആനന്ദദായകമായ ദേശസഞ്ചാരത്തിനിടയാകും.

രുദ്രാക്ഷം

1. രുദ്രാക്ഷം കൊരുക്കുന്നതായി സ്വപ്നം കണ്ടാൽ ക്ലേശകരങ്ങ

ളായ പ്രയത്നങ്ങളെ ചെയ്യേണ്ടിവരും.

2. രുദ്രാക്ഷം ധരിക്കയും അതു പൊട്ടുകയും ചെയ്തുവെന്നു സ്വപ്നം കണ്ടാൽ അത് അശുഭകരമാണ്.

രോഗം

1. തന്റെ ശരീരത്തിൽ രോഗം പിടിപെട്ടിരിക്കുന്നുവെന്നു സ്വപ്നം കണ്ടാൽ ശുഭകരമാണ്. ദീർഘായുസ്സും പൂർണ്ണാരോഗ്യവും ഫലം. കച്ചവടക്കാർ കണ്ടാൽ ധനലാഭവും കൃഷിക്കാർക്ക് വിളവ് വർദ്ധനവും ഫലം.

2. മറ്റുള്ളവർക്ക് സുഖമില്ലെന്ന് സ്വപ്നം കണ്ടാൽ അവർ ആപത്തിൽ പെട്ടിരിക്കുന്നുവെന്നും അവർക്കു നിങ്ങളുടെ സഹായമുണ്ടാകുമെന്നും അറിയുക.

ലഡു

ലഡു സ്വപ്നം കണ്ടാൽ രോഗശമനമുണ്ടാകും.

ലതാകിരീടം

ലതാനിർമ്മിതമായ കിരീടം സ്വപ്നം കാണുന്നത് സുകുമാരകലകളിലൊന്നിൽ വിജയം വരിക്കുന്നതിന്റെ സൂചകമാകുന്നു.

ലില്ലിപുഷ്പം

ലില്ലിപുഷ്പം സ്വപ്നം കാണുന്നത് പ്രണയസാഫല്യത്തെ കുറിക്കുന്നതാണ്.

ലേലം

1. ലേലം ചെയ്യുന്നതായി സ്വപ്നം കണ്ടാൽ സൗഭാഗ്യമാണ്.

2. താൻ ലേലം കേൾക്കുന്നതായി കണ്ടാൽ ഗാർഹികവും വ്യാപാരസംബന്ധവുമായ കുഴപ്പവും വലിയ ധനനഷ്ടവും ഉണ്ടാകും.

ലേഹ്യം

ലേഹ്യത്തെ സ്വപ്നം കണ്ടാൽ രോഗം ഉടനെ മാറുമെന്നും അടുത്ത അവസരത്തിലെങ്ങും രോഗബാധയുണ്ടാകയില്ലെന്നും മനസ്സിലാക്കണം.

വക്കീൽ

നിയമത്തെയും നിയമജ്ഞന്മാരെയും സംബന്ധിച്ചുള്ള സ്വപ്നം സാമ്പത്തികനഷ്ടത്തെയും കഷ്ടതകളെയും ഉണ്ടാക്കും.

വഞ്ചകൻ

വഞ്ചകന്മാർ ഏഷണിക്കാർ ഘാതകന്മാർ, ഉയരം കുറഞ്ഞവർ എന്നിവരെ സ്വപ്നം കണ്ടാൽ ദുഃഖവർത്തമാനം കേൾക്കാം. എല്ലാം അനിഷ്ടഫലം തന്നെ.

വണ്ണം വയ്ക്കുക

നിങ്ങൾക്കും വണ്ണം കൂടിയെന്നു സ്വപ്നം കണ്ടാൽ ജീവിതകാല മത്രയും ആരോഗ്യമുണ്ടായിരിക്കുന്നതാണ്.

വണ്ടാരംകോഴി

വണ്ടാരംകോഴികളെ സ്വപ്നം കാണുകയും അവയുടെ ശബ്ദം കേൾക്കുകയും ചെയ്താൽ വിശേഷസമ്പത്തുണ്ടാകും.. (വണ്ടാരം കോഴിക്ക് താമരക്കിളി, താമരക്കോഴി എന്നും ചിലയിടങ്ങളിൽ പറ യാറുണ്ട്.)

വനദേവത

വനദേവതയെ സ്വപ്നം കാണാൻ അനുഗ്രഹാശീർവാദങ്ങളും ഉയർന്ന നിലയിലുള്ള ബന്ധുമിത്രാദിലാഭവും സൗഭാഗ്യകരവും ദീർഘവുമായ വൈവാഹികജീവിതവും ഉണ്ടാകും.

വനം

ഇരുളടഞ്ഞവനത്തിൽക്കൂടി യാത്ര ചെയ്യുന്നതായി സ്വപ്നം കണ്ടാൽ പലവിധ ദുരിതങ്ങളും കാര്യവിഘ്നവും ഉണ്ടാകുന്ന താണ്.

വനയാത്ര

ശരിയായ വഴിയില്ലാത്തതും വൃക്ഷലതാദികളാൽ നിബിഡമായ ഒരു വനത്തിൽക്കൂടി യാത്ര ചെയ്യുന്നതായി സ്വപ്നം കണ്ടാൽ പലവിധ ദുരിതങ്ങളും സംഭവിക്കുന്നതാണ്.

വന്യജന്തുക്കൾ

കാട്ടിൽക്കൂടി യാത്ര ചെയ്യുമ്പോൾ വന്യജന്തുക്കൾ തന്നെ വന്നു കടിച്ചതായി സ്വപ്നം കണ്ടാൽ ഒരു മാസത്തിനുള്ളിൽ തന്റെ വിശ്വ സ്തമിത്രങ്ങളിൽനിന്നും വഞ്ചിതനായി ജീവഹാനിപോലും നേരി ടാനിടയാകും.

വയൽ

പച്ചപ്പായൽ നിറഞ്ഞ മനോഹരമായ വയലിൽക്കൂടി സഞ്ചരിക്കു ന്നതായി സ്വപ്നദർശനമുണ്ടായാൽ ആഗ്രഹസാദ്ധ്യവും സമ്പൽസമൃദ്ധിയും ഉണ്ടാകുന്നതാണ്.

വയസ്സ്

നിങ്ങളുടെ വയസ്സിനെപ്പറ്റി സ്വപ്നം കണ്ടാൽ മാനസികമായി യുവത്വം നിൽക്കുന്നതിന് ശ്രമിക്കേണ്ടതാണ്.

വയസ്സാകുക

1. നിങ്ങൾക്ക് വയസ്സായതായി സ്വപ്നം കണ്ടാൽദീർഘകാലം ജീവി

ച്ചിരിക്കുകയും ഒട്ടുവളരെ സ്നേഹിതന്മാരും ബന്ധുമിത്രാദികളും നിങ്ങളെ സ്നേഹിക്കയും ആരാധിക്കയും ചെയ്യും.

2. ഒരു വൃദ്ധനോട് താൻ ദയയോടെ പെരുമാറുന്നതായി കണ്ടാൽ എല്ലാം സംഗതികളിലും അഭിവൃദ്ധിയുണ്ടാകും.

3. നിങ്ങൾ വൃദ്ധന്മാരുടെ വീട്ടിൽ താമസിക്കുന്നതായി കണ്ടാൽ നിങ്ങളുടെ സ്വന്തഗൃഹത്തിൽ സുഖവും സന്തോഷവും സമാധാനവുമുണ്ടായിരിക്കും.

വയറിളക്കം

തനിക്ക് വയറിളക്കമോ ഛർദ്ദിയോ ഉണ്ടായതായി സ്വപ്നം കണ്ടാൽ ദരിദ്രന്മാർക്ക് ലാഭവും ധനവാന് ദാരിദ്ര്യവും ഫലം. രണ്ടുനിലയിലും ചേരാതുള്ളവർക്കു സ്നേഹമുണ്ടാകും.

വയ്ക്കോൽ

ഉണക്കപ്പുൽക്കെട്ടോ വയ്ക്കോലോ വാടിയ പുൽക്കെട്ടോ സ്വപ്നം കണ്ടാൽ നാശകാലമാണെന്നറിയണം. നല്ലകാലം വരാൻ പോകുന്നതായി സ്വപ്നഫലത്തിൽ വ്യത്യസ്തമായ ഫലവും പറയുന്നുണ്ട്. (ഫലത്തിൽ സ്വപ്നദൃഷ്ടാക്കൾ കണ്ടുപിടിക്കേണ്ടതാണിത്.)

വരാൽമീൻ

വരാൽമീനിനെ സ്വപ്നം കണ്ടാൽ ചില പുതിയ സംരംഭങ്ങളിൽ ഇടപെടുന്നതിന്റെ സൂചനയാണ്.

വലിവള്ളം

ഒരു തടാകത്തിൽക്കൂടി തണ്ടുവച്ചു വലിക്കുന്ന വള്ളത്തിൽ ഒഴുകി നടക്കുന്നതായി കാണുന്ന സ്വപ്നം എല്ലാവിധ കഷ്ടതകളും മാറി സൗഭാഗ്യകരമായ ജീവിതം ഉണ്ടാകുന്നതിനെ സൂചിപ്പിക്കുന്നു.

വസൂരി

1. തനിക്ക് വസൂരി രോഗം പിടിപെട്ടിരിക്കുന്നതായി സ്വപ്നം കണ്ടാൽ വിശേഷധനലാഭമുണ്ടാകും.

2. ഒരാൾ വസൂരി രോഗം പിടിപെട്ട് കിടക്കുമ്പോൾ ഈശ്വരൻ പ്രത്യക്ഷപ്പെട്ട് അനുഗ്രഹിക്കുന്നതായി സ്വപ്നദർശനമുണ്ടായാൽ തന്റെ വീട്ടിൽ വസൂരി രോഗമുണ്ടാകുമെന്നും ആയതു വേഗത്തിൽ സുഖം പ്രാപിക്കുമെന്നും അറിയുക.

വള

1. തനിക്ക് സമ്മാനമായി ഒരു സ്വർണ്ണവള കിട്ടിയെന്ന് സ്വപ്നം കണ്ടാൽ ദൂരദേശത്തുനിന്നും കുറേ മുതൽ തനിക്കു വന്നുചേരും. തന്റെ പ്രേമഭാജനത്തിൽനിന്നും സുഖാനുഭവും ഉണ്ടാകുന്നതാണ്.

2. മറ്റൊരുവൻ വള ധരിക്കുന്നതായി കണ്ടാൽ അയാൾക്കും നിങ്ങൾക്കും വിലയേറിയ സമ്മാനങ്ങൾ ലഭിക്കും.

3. വള നഷ്ടപ്പെടുന്നതായിട്ടാണ് സ്വപ്നമെങ്കിൽ അകാരണമായ മനോവ്യഥ നിങ്ങൾക്കുണ്ടാകും. വള കണ്ടുകിട്ടിയാൽ പണമോ വസ്തുവോ പൂർവ്വികന്മാരിൽനിന്നും ലഭിക്കും. ഉടമസ്ഥന് വള തിരിച്ചുകൊടുക്കുന്നതായി കണ്ടാൽ പ്രേമഭാജനത്തിൽനിന്നും സുഖവും സന്തോഷവും ഉണ്ടാകുന്നതാണ്.

വള്ളം

നിങ്ങളുടെ വള്ളം മറ്റൊരുവൻ തുഴഞ്ഞുകൊണ്ടുപോകുന്നതായി സ്വപ്നം കണ്ടാൽ ഒരു സ്നേഹിതന്റെ സഹായത്താൽ വലിയ ഒരാപത്തിൽനിന്നും നിങ്ങൾ രക്ഷപ്രാപിക്കും.

വള്ളിക്കുടിൽ

വള്ളിക്കുടിൽ സ്വപ്നം കണ്ടാൽ സാമ്പത്തികക്ഷേമവും ഗാർഹികസുഖവും ആരോഗ്യവും ഉണ്ടാകുന്നതാണ്.

വഴക്ക്

1. തെരുവിൽ ആളുകൾ വഴക്കടിക്കുന്നതായി സ്വപ്നം കണ്ടാൽ വ്യാപാരാഭിവൃദ്ധിയും ധാരാളം ലാഭവും ഉണ്ടാവും.

2. ഒരാൾ തങ്ങളുടെ നന്മയ്ക്കുവേണ്ടി വഴക്കിടുന്നതായി സ്വപ്നമുണ്ടായാൽ നിങ്ങളുടെ ഭർത്താവിന്റെ പ്രീതിയുണ്ടാകും.

3. കുഞ്ഞുങ്ങളോ ചെറുപ്പക്കാരോ വഴക്കിടുന്നതായി കണ്ടാൽ കുടുംബത്തിൽ ചില്ലറ കലഹങ്ങളുണ്ടാകും.

4. വനത്തിൽ മൃഗങ്ങൾ കലഹിക്കുന്നതു സ്വപ്നം കണ്ടാൽ ഭർത്തൃബന്ധുക്കളുമായി സ്വരച്ചേർച്ചയില്ലാതെയാകും.

വഴി

1. താൻ നടന്നുപോകുന്ന വഴി വളരെ വീതിയുള്ളതായി സ്വപ്നം കണ്ടാൽ ജീവിതകാര്യം ഫലിക്കും. എല്ലാവർക്കും പ്രിയങ്കരനായി മര്യാദയോടുകൂടി ജീവിക്കാൻ സംഗതിയാകുന്നുതുമാണ്.

2. താൻ നടക്കുന്ന വഴി ഇടുങ്ങിയതും ആൾക്കൂട്ടത്താൽ ഞെരുങ്ങിയതായും വൃത്തികെട്ടതായും കാണപ്പെട്ടാൽ തനിക്കു വലിയ നഷ്ടങ്ങൾ ഉണ്ടാകുന്നതുമാണ്.

വഴിയമ്പലം

ഒരു വഴിയമ്പലത്തിൽ താൻ ഇരിക്കുന്നതായി സ്വപ്നം കണ്ടാൽ ദാരിദ്ര്യവും കാര്യവിഘ്നവും സംഭവിക്കും. ഒരുപക്ഷേ, കാരാഗൃഹവാസം അനുഭവിക്കാനും ഇടവരും.

വഴിയാത്രക്കാർ

വഴിയാത്രക്കാരെ സ്വപ്നം കണ്ടാൽ കാര്യവിഘ്നം നേരിടും.

വഴുതുക

മഞ്ഞുകട്ടയിലോ നിരപ്പില്ലാത്ത നിലത്തിലോ കാൽ തെന്നുന്നതായി സ്വപ്നം കണ്ടാൽ പുതിയ പരിചയക്കാരിൽനിന്നും വിശ്വാസവഞ്ചന നേരിടുന്നതായിരിക്കും.

വാച്ച്

ഒരു വാച്ചിൽ സമയം നോക്കുന്നതായോ ഒരു ക്ലോക്കിൽ അലാറം അടിക്കുന്നത് എണ്ണുന്നതായോ സ്വപ്നം കണ്ടാൽ അയാളുടെ മരണം ആസന്നഭാവിയിൽ സംഭവിക്കുന്നതാണ്.

വാടകലോറി

ഒരു ലോറി വാടകയ്ക്ക് വാങ്ങിയതായി സ്വപ്നം കണ്ടാൽ നല്ല കാലം ആസന്നമായതായി അറിയുക.

വാണം

ആകാശത്തിലേക്കു കുതിച്ചു കയറുന്ന വാണങ്ങൾ സ്വപ്നം കണ്ടാൽ നിങ്ങളുടെ സർവ്വപരിപാടികളും (പ്രണയത്തിലും വ്യാപാരത്തിലുമുള്ള പ്രതീക്ഷകളും) ഫലവത്താകും.

വായന

വായിക്കുന്നതായി സ്വപ്നം കാണുന്നത് ശുഭസൂചകമാണ്.

വായു

1. സുഗന്ധപൂരിതമായ വായു വീശിക്കൊണ്ടിരിക്കുന്നതായി സ്വപ്നം കണ്ടാൽ വിചാരിച്ചകാര്യം അതേവിധം സാധിക്കും. ജനങ്ങളിൽനിന്നു സമ്മാനവും ലഭിക്കും.

2. ഈ സ്വപ്നം വഴിയാത്രക്കാരൻ വഴിമദ്ധ്യേ വിശ്രമിച്ചു നിദ്ര ചെയ്യുമ്പോൾ കാണുകയാണെങ്കിൽ യാത്ര സുഖകരമായി വിഘ്നങ്ങൾ കൂടാതെ മടങ്ങിഎത്തുന്നതാണ്. കച്ചവടക്കാരൻ കണ്ടാൽ കച്ചവടാഭിവൃദ്ധിയും കൃഷിക്കാരൻ കണ്ടാൽ വിളവർദ്ധനയും ഫലം.

വായുവിൽ തങ്ങിനിൽക്കുക

1. താൻ വായുവിൽ തങ്ങിനിൽക്കുന്നതായി സ്വപ്നം കണ്ടാൽ വ്യാപാരക്കാര്യത്തിലും വ്യക്തികാര്യത്തിലും ഉള്ള പ്രതിബന്ധങ്ങൾ മാറിക്കിട്ടുന്നതാണ്.

2. ദേവതകളോ സൗന്ദര്യങ്ങളോ വായുവിൽ പൊങ്ങിക്കിടക്കുന്നതായി കണ്ടാൽ സൗഭാഗ്യകരമായ വിവാഹബന്ധം സൂചന. വികൃതരൂപികളാണെങ്കിൽ നിങ്ങളുടെ ആദായമാർഗ്ഗങ്ങളൊക്കെ കുറ

ഞ്ഞുപോകുന്നതുമാണ്.

വാവൽ

വാവലിനെ സ്വപ്നം കണ്ടാൽ ധനനഷ്ടവും വ്യാധിയും ഉണ്ടാകും.

വാൽനക്ഷത്രം

വാൽനക്ഷത്രത്തെ സ്വപ്നം കാണ്ടാൽ ആപത്തു സംഭവിക്കും. ലോകത്തിൽ കഷ്ടവും രോഗപീഡകളും ഉണ്ടാകും.

വാൾ

നിങ്ങൾ വാൾ പ്രയോഗിക്കുന്നുവെന്ന് സ്വപ്നം കണ്ടാൽ യാത്രാ വേളയിൽ പ്രതിബന്ധവും അപായവും സംഭവിക്കാനിടയാകും.

വിടകൊള്ളുക

താൻ സ്നേഹിതന്മാരോട് അനുവാദം വാങ്ങി പിരിഞ്ഞതായി കാണുന്ന സ്വപ്നം ദുരദൃഷ്ടവും വ്യാധിയും സമീപിച്ചിരിക്കുന്ന തിന്റെ സൂചനയാണ്.

വിദേശവാസം

താൻ അന്യനാട്ടിൽ താമസിക്കുന്നുവെന്ന് സ്വപ്നം കാണ്ടാൽ ആരോഗ്യസമ്പാദനത്തിനുവേണ്ടി മറുനാട്ടിൽ പോകേണ്ടിവരും.

വിധവ

പുതുതായി വിവാഹം ചെയ്യപ്പെട്ട സ്ത്രീ വിധവയായി ഭവിച്ചു എന്നു സ്വപ്നം കണ്ടാൽ അവൾ നെടുംമംഗല്യത്തോടുകൂടി സുഖവും സന്താനഭാഗ്യവും അനുഭവിക്കും.

വിരുന്ന്

വരുന്നു നടത്തുകയോ അതിൽ പങ്കെടുക്കുകയോ ചെയ്യുന്നതായി സ്വപ്നം കണ്ടാൽ നിങ്ങൾക്കു സാമൂഹ്യജീവിതത്തിൽ ഉന്നതമായ സ്ഥാനബഹുമാനാദികൾ ലഭിക്കും.

വിവാഹം

1. മറ്റൊരാളുടെ വിവാഹം കണ്ടതായി സ്വപ്നമുണ്ടായാൽ ശുഭം.

2. താൻ രണ്ടാമതു വിവാഹം ചെയ്തുവെന്നു കണ്ടാൽ രോഗിയായിത്തീരും.

വിവാഹാഘോഷം

1. ഒരു വലിയ വിവാഹാഘോഷം നടക്കുന്നതായി സ്വപ്നം കണ്ടാൽ അടുത്ത ചില ദിവസങ്ങൾക്കുള്ളിൽ നിങ്ങൾക്ക് ഒരു ജോലി കിട്ടുമെന്നുള്ളതാണ്.

2. സ്ത്രീയാണ് ഈ സ്വപ്നം കാണുന്നതെങ്കിൽ ദൂരസ്ഥലത്തിരി

ക്കുന്ന തന്റെ ഭർത്താവു തിരിച്ചുവന്ന് ദാമ്പത്യബന്ധം പുലർത്തുന്നതാണ്.

വിശപ്പ്

1. ഒരാൾ വിശന്ന് കഷ്ടപ്പെട്ടിട്ട് ഭക്ഷണം കഴിക്കുന്നതായി സ്വപ്നം കണ്ടാൽ നിങ്ങളുടെ ജീവിതവിജയത്തിനു സഹായിയായ ഒരു ബന്ധുവിനെ ലഭിക്കും.

2. തനിക്ക് വിശപ്പു തീർന്നതായി സ്വപ്നം കണ്ടാൽ സുഖാനുഭവമുണ്ടാകും.

3. താൻ സദാ വിശപ്പോടുകൂടിയിരിക്കുന്നുവെന്ന് സ്വപ്നം കണ്ടാൽ കുടിയിടയിൽ അവമതിയും രാജദൃഷ്ടിയിൽ ബഹുമതിയുമുണ്ടാകും.

വിഷം കുടിക്കുക

താൻ വിഷപാനം ചെയ്തതായി സ്വപ്നം കണ്ടാൽ ഉപജീവനമാർഗ്ഗത്തിനുള്ള അഭിവൃദ്ധി പോയ്പ്പോകുമെന്നും വിവാഹത്തിന് ആലോചിച്ചിട്ടുണ്ടെങ്കിൽ അതിന് വിഘ്നം നേരിടുമെന്നും അറിയുക.

വിളക്ക്

1. ദീപങ്ങളുടെ സ്വപ്നദർശനം പ്രതീക്ഷയിൽ കവിഞ്ഞ വ്യാപാരാഭിവൃദ്ധിയുടെ സൂചകമാണ്.

2. കൈകൊണ്ട് വിളക്ക്പിടിച്ചിരിക്കുന്നതായി സ്വപ്നം കണ്ടാൽ ശുഭകരമായ വാർത്ത കേൾക്കാനിടയാകും.

3. വീട്ടിൽ വിളക്കു കത്തുന്നതായി കണ്ടാൽ അനേകം കുടുംബസൗഹൃദസമ്മേളനങ്ങൾ നടക്കാൻ പോകുന്നതായി അറിയണം.

വിളക്കണയുക

വിളക്കു കൊളുത്തിക്കൊണ്ടു പോകുന്നതായും കൂടെക്കൂടെ അണഞ്ഞുപോകുന്നതായും സ്വപ്നം കണ്ടാൽ വലിയ നഷ്ടങ്ങൾ സംഭവിക്കുകയോ, പുത്രദുഃഖത്തിനിടയാകുകയോ ചെയ്യും.

വിസ്കി

വിസ്കി കുടിക്കുന്നതായി സ്വപ്നം കണ്ടാൽ അധികം ആദായകരമായ കച്ചവടത്തിൽ ഏർപ്പെടും.

വീഞ്ഞ്

വീഞ്ഞ് സ്വപ്നം കണ്ടാൽ നിങ്ങൾ അടുത്തദിവസം കാണുന്ന സ്ത്രീയോ പുരുഷനോ ആയി പ്രേമബന്ധത്തിലേർപ്പെടും.

വീട് കെട്ടുക

വീട് കെട്ടിക്കൊണ്ടിരിക്കുന്നതായി സ്വപ്നം കണ്ടാൽ വിചാരിച്ച

കാര്യം സാധിക്കും. ആ വീട് തനിക്കുള്ളതാണെന്നുകൂടി സ്വപ്നം കണ്ടാൽ നിശ്ചയമായും ധനലാഭമുണ്ടാകും.

വീട്ടുസാമാനം

1. വീട്ടുസാമാനം വാങ്ങിക്കുന്നതായി സ്വപ്നം കണ്ടാൽ ഉടനെ വിവാഹം കഴിക്കുമെന്നും സ്വന്തമായി ഒരു വീടുണ്ടാക്കുമെന്നുമാണ് ഫലം.

2. വിവാഹിതരാണ് ഈ സ്വപ്നം കാണുന്നതെങ്കിൽ സുഖകരമായ ജീവിതത്തിനിടയാകും.

3. പഴയ സാമാനങ്ങൾ വാങ്ങിക്കുന്നതായി കണ്ടാൽ ദീർഘകാലമായി ആഗ്രഹിച്ചുകൊണ്ടിരുന്ന ശുഭവാർത്ത കേൾക്കാനിടയാകും.

വീഴ്ച

1. വളരെ ഉയരത്തിൽനിന്നും വീഴുന്ന സ്വപ്നം കണ്ടാൽ ധനനഷ്ടവും വ്യാപാരനഷ്ടവും ഉണ്ടാകുന്നതാണ്.

2. ഒരാൾ മലമുകളിൽനിന്നും തലകീഴായി വീഴുന്നതു കണ്ടാൽ അടുത്ത അവസരത്തിൽ ധനനാശമുണ്ടാകുന്നതാണ്.

3. യാത്രാമദ്ധ്യേ കാൽവഴുതി കുഴിയിൽ വീഴുന്നതായി കണ്ടാലും അസഹ്യമായ ബുദ്ധിമുട്ടുണ്ടാകും.

4. കലം മെനയുന്നവർ മണ്ണെടുത്ത കുഴിയിൽ വീണതായി കണ്ടാൽ അശുഭപ്രദമായ കഷ്ടനഷ്ടങ്ങൾ ഉണ്ടാകുന്നതും വിധവാസമാഗമം ഉണ്ടാകുന്നതാണ്.

5. മരത്തിൽനിന്നും വീഴുന്നതായി കണ്ടാൽ ജീവിതാധഃപതനം ആരംഭിച്ചിരിക്കുന്നതായി വിചാരിക്കണം.

6. പാലത്തിൽനിന്നോ ജനൽപ്പടിയിൽനിന്നോ വീഴുന്നതായി കണ്ടാൽ ആരോഗ്യം നശിക്കുന്നതാണ്.

7. പുരമുകളിൽനിന്നോ ഏണിയിൽനിന്നോ വീഴുന്നതായി കണ്ടാൽ കിട്ടേണ്ട ഉദ്യോഗം മറ്റൊരുവനു ലഭിക്കുന്നതാണ്.

വെങ്കലം

കാര്യജയമാണ് വെങ്കലം സ്വപ്നം കണ്ടാൽ ഉണ്ടാവുക.

വെടി

വെടിവെക്കുന്നതായി കാണുന്ന സ്വപ്നം ശത്രുവിന്റെ ചരമവാർത്ത കേൾപ്പാനിടയാക്കുന്നതാണ്.

വെട്ടുകല്ല്

വെട്ടുകല്ല് സ്വപ്നം കണ്ടാൽ മരാമത്തുപണികൾ ആരംഭിക്കാൻ കാലമായി എന്നറിയുക.

വെണ്ണ

വെണ്ണ ഭക്ഷിക്കുന്നതായി സ്വപ്നം കണ്ടാൽ നിങ്ങൾ വിചാരിച്ചിരിക്കുന്ന ആഗ്രഹങ്ങൾ ഓരോന്നോരോന്നായി സഫലമാകുന്നതാണ്.

വെണ്ണീര്

1. തീ കത്തിയെരിഞ്ഞ് കെട്ടുപോയ ചാരമോ, കരിയോ, ചുണ്ണാമ്പോ സ്വപ്നം കണ്ടാൽ ദാരിദ്ര്യം വർദ്ധിക്കുകയോ വഴക്കുണ്ടാകുകയോ ചെയ്യുന്നതാണ്.

2. രോഗികളാണ് ഈ സ്വപ്നം കാണുന്നതെങ്കിൽ രോഗം മാറി സുഖം കിട്ടുന്നതാണ്.

വെണ്ടക്കായ്

വെണ്ടക്കായ്, പീച്ചക്കായ്, പടവലങ്ങ ഇവയിൽ ഏതെങ്കിലും ഭക്ഷിച്ചതായി കാണുന്ന സ്വപ്നം ധനലാഭം ഉണ്ടാക്കുന്നതാണ്.

വെയിൽ

1. തന്റെ ശിരസ്സിൽ വെയിലേറ്റ് ചുടുന്നതായി സ്വപ്നം കണ്ടാൽ ലോകപൂജിതനായി ജനമാനിതനായി രാജസമ്മാനിതനായിത്തീരും.

2. കുറ്റവാളിയായ ഒരുവൻ ഈ സ്വപ്നം കണ്ടാൽ കുറ്റത്തിൽനിന്നും മോചിതനായിത്തീരും.

വെളുത്ത വസ്തുക്കൾ

വെളുത്ത പദാർത്ഥങ്ങളുടെ ഉള്ളിൽ ഉപ്പ്, മോര്, പരുത്തി ഇവ ഇരിക്കുന്നതായി കാണുന്ന സ്വപ്നം ശ്രേഷ്ഠമായ സമ്പത്തുണ്ടാകുമെന്നതിന്റെ ലക്ഷണമാണ്.

വെള്ളപ്പട്ട്

1. ശുദ്ധമായ വെള്ളപ്പട്ട് സ്വപ്നം കാണുന്നത് ശുഭകരമാണ്. അഴുക്കുപുരണ്ട പട്ട് കണ്ടാൽ വ്യാപാരത്തിൽ കഷ്ടനഷ്ടങ്ങൾ ഉണ്ടാകും.

2. വെള്ളപ്പട്ട് ധരിക്കുന്നതായി സ്വപ്നം കണ്ടാൽ സ്ഥാനമാനങ്ങൾ ലഭിക്കും.

3. വെള്ളപ്പട്ടിന്റെ കഷണങ്ങൾ കാണുന്നത് പുതിയ വീടിന്റെ ഉടമസ്ഥാവകാശത്തെ സൂചിപ്പിക്കുന്നു.

4. വെള്ളപ്പട്ടുകൊണ്ടുള്ള തൂവാലകളോ മേശവിരിപ്പുകളോ കണ്ടാൽ അഭിമാനം കൊള്ളാവുന്ന സൽസന്താനലാഭമുണ്ടാകും.

വെള്ളപ്പൊക്കം

1. നദിയിൽ വെള്ളപ്പൊക്കമുണ്ടായി തന്റെ വീട്ടുവാതിൽക്കൽക്കൂടി

ഒഴുകുന്നതായി കാണുന്ന സ്വപ്നം ഉദ്യോഗാഭിവൃദ്ധി, ബന്ധുജനസമാഗമം മുതലായ ശുഭഫലങ്ങൾ ഉളവാക്കും.

2. വ്യാപാരവികസനവും ലാഭവർദ്ധനയും വെള്ളപ്പൊക്കം സ്വപ്നം കണ്ടാൽ ഉണ്ടാകും.

3. വെള്ളം വീട്ടിൽ കയറിയതായി കണ്ടാൽ വമ്പിച്ച സ്വത്തിന്റെ അവകാശിയായിത്തീരും.

വെള്ളം ഉലർന്നു ചിതറിവീഴുക

മഴ പെയ്ത് വെള്ളം വീണുകൊണ്ടിരിക്കുമ്പോൾ ഉലർന്നു ചിതറി വീഴുന്നതായി കാണുന്ന സ്വപ്നം പല നാളായി തനിക്കു നേരിട്ടുകൊണ്ടിരിക്കുന്ന കഷ്ടതകൾ മാറിക്കിട്ടുന്നതിന്റെ ലക്ഷണത്തെ സൂചിപ്പിക്കുന്നു.

വെള്ളം ഒഴുക്ക്

വെള്ളം ഒഴുകിവന്ന് നെൽച്ചെടി കൂട്ടത്തിലേക്ക് കടക്കുന്നതായി കാണുന്ന സ്വപ്നം ദ്രവ്യലാഭത്തെ ഉണ്ടാക്കും.

വെള്ളം കവിൾകൊള്ളുക

താൻ വെള്ളം കവിൾകൊണ്ട് കാറിത്തുപ്പിയതായി സ്വപ്നമുണ്ടായാൽ വന്ന ആപത്തുകൾ മാറിപ്പോകുന്നതും സുഖക്കേടുകൾ ശമിക്കുന്നതുമാണ്.

വെള്ളം കുടിക്കുക

1. നല്ല തണുത്തവെള്ളം കുടിക്കുന്നുവെന്ന് കാണുന്ന സ്വപ്നം കാര്യസാദ്ധ്യത്തെ കുറിക്കുന്നു.

2. വെള്ളം കുടിക്കുന്ന സമയം പാത്രം തട്ടിമറിഞ്ഞതായി സ്വപ്നം കണ്ടാൽ ആത്മസ്നേഹിതന്മാരുടെ ആപത്തിനെ സൂചിപ്പിക്കുന്നു.

വെള്ളം കൊടുക്കുക

വേനൽക്കാലത്ത് വെയിലത്ത് അലഞ്ഞുതിരിഞ്ഞു പൊരിഞ്ഞുവരുന്നവർക്ക് വഴിയമ്പലങ്ങളിലും സത്രങ്ങളിലും വെച്ചു വെള്ളം കൊടുക്കുന്നതായി സ്വപ്നം കണ്ടാൽ കുടുംബാഭിവൃദ്ധിയും സന്താനസമ്പൽസമൃദ്ധിയും ഐശ്വര്യവും മേൽക്കുമേൽ ഉണ്ടാകുന്നതാണ്.

വെള്ളം കോരുക

1. താൻ കോരിയെടുത്തു കൊണ്ടുവരുന്ന വെള്ളം കലങ്ങിയതോ അഴുക്കടിഞ്ഞതോ ആയി ഇരിക്കുന്നുവെന്ന് സ്വപ്നം കണ്ടാൽ ദാരിദ്ര്യം ഫലം.

2. മറ്റൊരാൾക്കുവേണ്ടി വെള്ളം കോരിക്കൊണ്ടുവരുന്നതായി സ്വപ്നം കണ്ടാൽ താൻ സേവകവൃത്തിക്കു പോകേണ്ടിവരും. ആ

വെള്ളം കലങ്ങിയതോ അഴുക്കടിഞ്ഞതോ ആയിട്ടാണ് സ്വപ്നമെങ്കിൽ ക്രൂരതാവൃത്തിക്ക് ഇടയാകും.

വെള്ളരി

വെള്ളരി സ്വപ്നം കണ്ടാൽ ഒരു കൊല്ലത്തിനകം വിവാഹം നടക്കുമെന്ന് തീർച്ചയാണ്.

വെള്ളാമ്പൽ

വെള്ളാമ്പൽ സ്വപ്നംകണ്ടാൽ തുടർന്ന് പലപ്രകാരത്തിലുള്ള കഷ്ടാരിഷ്ടങ്ങൾ ഉണ്ടാകും.

വെള്ളി

വെള്ളി സ്വപ്നം കണ്ടാൽ വിചാരിച്ച കാര്യം സാധിക്കയില്ല. വ്യാപാരലാഭത്തെ ഉണ്ടാക്കുകയും ചെയ്യും.

വെള്ളിപ്പാത്രം

വെള്ളിപ്പാത്രത്തെ സ്വപ്നം കണ്ടാൽ ദാരിദ്ര്യവും കഷ്ടതയും ബുദ്ധിമുട്ടും വിട്ടുമാറൽ അടുത്തിരിക്കുന്നുവന്നും ഭാവിജീവിതം സുഖകരമാണെന്നും അറിയണം.

വെള്ളിടി

1. ആകാശത്തിൽ കാർമേഘമില്ലാതെ വെള്ളിടിവെട്ടി ഇടത്തീ തന്റെ അടുത്തു വീണതായി സ്വപ്നമുണ്ടായാൽ ആപത്തും സംഭവിക്കും.
2. വഴിയാത്രക്കാരൻ ഈ സ്വപ്നം കണ്ടാൽ യാത്രയിൽ പല കാര്യവിഘ്നങ്ങളും ഉണ്ടാവുന്നതാണ്.

വെറ്റിലക്കൂട്

താംബൂലത്തെ സ്വപ്നം കണ്ടാൽ ധനലാഭമുണ്ടാകും.

വേട്ടപ്പട്ടി

വേട്ടപ്പട്ടികളെ സ്വപ്നം കണ്ടാൽ അധികം പരിശ്രമിക്കാതെ ധനാധിപന്മാരും പ്രശസ്തരുമായിത്തീരും.

വേദന

1. വേദനയനുഭവിക്കയോ മുറിവേല്ക്കുകയോ ചെയ്തതായി കാണുന്ന സ്വപ്നം നല്ല ആരോഗ്യവും സമാധാനവും ഉണ്ടാകുന്നതാണ്.
2. വേദന തീർന്നതായി കണ്ടാൽ നിങ്ങൾ അന്യരെ സഹായിക്കും.
3. വേദന അനുഭവിക്കുന്ന മൃഗത്തെയോ മനുഷ്യനെയോ നിങ്ങൾ മരുന്നുകൊടുക്കുകയോ അവയോടു ദയവായി പെരുമാറുകയോ ചെയ്തതായി കാണുന്ന സ്വപ്നം എല്ലാ പ്രവർത്തനങ്ങളിലും

നിങ്ങൾക്കു വിജയത്തെ ഉണ്ടാകും.

4. തലവേദന അനുഭവിക്കുന്നതായി കാണുന്ന സ്വപ്നം കച്ചവട കാര്യങ്ങളിൽ നിഷ്ഠ പാലിക്കണം എന്നു സൂചിപ്പിക്കുന്നു.

5. പല്ലുവേദന അനുഭവിക്കുന്നതായി കാണുന്ന സ്വപ്നം സൗഭാഗ്യവാർത്തയെ സൂചിപ്പിക്കുന്നു.

6. ചെവിക്കുത്തുകൊണ്ടുള്ള വേദന അനുഭവിക്കുന്നതായി സ്വപ്നം കണ്ടാൽ ജീവിതവിജയത്തെ മുൻകൂട്ടി സൂചിപ്പിക്കുന്നു.

വേലി

1. ഒരു വേലി കടക്കുന്നതായി സ്വപ്നം കണ്ടാൽ നിങ്ങളുടെ തടസ്സങ്ങളും പ്രതിബന്ധങ്ങളും നീങ്ങിക്കിട്ടും.

2. വേലിയുടെ കേടുപാടുകൾ പോക്കുന്നതായി കാണുന്ന സ്വപ്നം എല്ലാ പ്രവർത്തനങ്ങളിൽനിന്നും വിരമിച്ച് സ്വസ്ഥതയനുഭവിക്കും എന്നു കാണുന്നു.

വേശ്യാസ്ത്രീകൾ

വേശ്യകളെ പുരുഷന്മാർ സ്വപ്നം കണ്ടാൽ ധനനഷ്ടവും സ്ത്രീകൾ കണ്ടാൽ ധനലാഭവും കന്യകകൾ കണ്ടാൽ അചിരേണ വിവാഹവും ഫലം.

വൈദ്യൻ

വൈദ്യനെ സ്വപ്നം കണ്ടാൽ രോഗം ഉണ്ടാകാൻ പോകുന്നുവെന്നറിയണം.

വൈക്കോൽ

നല്ല കാലം വരാൻ പോകുന്നതിന്റെ ലക്ഷണമാണ് വൈക്കോൽ സ്വപ്നം കാണുന്നത്.

വൈരക്കല്ല്

1. വൈരക്കല്ലുകൾ സ്വപ്നം കണ്ടാൽ സർവ്വകാര്യങ്ങളും വിജയിക്കുകയും ജീവിതത്തിൽ സന്തുഷ്ടിയും സമാധാനവും ഉണ്ടാകുകയും ചെയ്യും.

2. രത്നങ്ങൾ നഷ്ടപ്പെട്ടതായി കണ്ടാൽ വ്യാപാരത്തിലും പ്രണയകാര്യങ്ങളിലും പരാജയം സംഭവിക്കുന്നതാണ്.

വ്യഭിചാരം

വ്യഭിചാരം ചെയ്യണമെന്ന് വളരെക്കാലമായി ആശിച്ചിരുന്നത് സാധിച്ചതായി സ്വപ്നം കണ്ടാൽ കാര്യം അനുകൂലമാകും.

വ്യാപാരം

വിദേശരാജ്യങ്ങളുമായി വ്യാപാരസംബന്ധമായി സംസാരിക്കു

കയോ വ്യാപാരം നടത്തുകയോ ചെയ്തതായി സ്വപ്നം കണ്ടാൽ നിങ്ങളുടെ പ്രസ്ഥാനത്തിന്റെ പ്രതിനിധിയായി ആ രാജ്യങ്ങളി ലെല്ലാം സഞ്ചരിക്കാൻ ഇടയാകും.

ശക്തൻ

1. താൻ വലിയ ശക്തനായിരിക്കുന്നുവെന്നു കാണുന്ന സ്വപ്നം രോഗപീഡയുണ്ടാക്കുമെന്നറിയുക.

2. ഒന്നിനും ശക്തിയില്ലാതെ താൻ തളർന്നുപോയി എന്നു സ്വപ്നം കണ്ടാൽ കുടുംബാഭിവൃദ്ധിയുണ്ടാകുമെന്നറിയണം.

ശംഖ്

ശംഖ് സ്വപ്നം കണ്ടാൽ അദ്ധ്യാത്മവിഷയത്തിൽ ഉന്നതിയുണ്ടാ കുന്നതാണ്.

ശണ്ഠ

മറ്റാരോടെങ്കിലും വഴക്കടിക്കുന്നതായി കാണുന്ന സ്വപ്നം കാര്യ സാധ്യത്തെ സൂചിപ്പിക്കുന്നു.

ശർക്കര

ആരോഗ്യം വർദ്ധിക്കുകയം സ്നേഹിതന്മാർ ഉണ്ടാകുകയും ചെയ്യു ന്നതാണ് ശരക്കര സ്വപ്നം കാണുന്നതിന്റെ ഫലം.

ശരത്ക്കാലം

1. ശരത്ക്കാലത്ത് വിവാഹം ചെയ്യുന്നതായി സ്വപ്നം കണ്ടാൽ സൗഭാഗ്യ സന്തോഷ സമൃദ്ധമായ കുടുംബജീവിതമുണ്ടാകും.

2. ഒരു ഗൃഹം വിലയ്ക്കുവാങ്ങുന്നതായി ശരത്കാലത്ത് സ്വപ്നം കണ്ടാൽ ആ ഗൃഹത്തിൽ താമസിക്കുന്നത് ശുഭകരമായിട്ടുള്ളതും ഒരു വ്യാപാരപദ്ധതി രൂപവൽകൃതമാകുന്നതും ആ വ്യാപാരം അഭി വൃദ്ധികരമായിത്തീരുന്നതാണെന്നും സൂചിപ്പിക്കുന്നു.

ശവം

മൃതശരീരത്തെ സ്വപ്നം കാണുന്നത് ശുഭസൂചകമാണ്, തന്റെ മുന്നിൽക്കൂടി ഒരു ശവം കുറേ പാതിരിമാരോടുകൂടെ കൊണ്ടുപോ കുന്നത് കണ്ടാൽ അന്യരാജ്യത്തു താമസിക്കുന്ന സഹോദരന്മാർക്ക് മരണഭയമുണ്ടാകുന്നതാണ്.

ശവക്കുഴി

സ്വപ്നത്തിൽ ശവക്കുഴി കണ്ടാൽ അടുത്തുതന്നെ വിവാഹം നട ക്കുമെന്നും അതിനുശേഷം മരണമുണ്ടാകുമെന്നും സൂചന.

ശവക്കോട്ട

ശവക്കോട്ട സ്വപ്നം കണ്ടാൽ ദീർഘായുഷ്മാനായിത്തീരും.

ശവമഞ്ചം

ശവമഞ്ചം സ്വപ്നം കണ്ടാൽ അയൽപക്കത്തോ ബന്ധുവീട്ടിലോ മരണം സംഭവിക്കും.

ശവസംസ്ക്കാരം

ശവസംസ്ക്കാരം നടക്കുന്നതായി സ്വപ്നം കണ്ടാൽ സ്നേഹിതന്മാരിലോ ബന്ധുവർഗ്ഗത്തിലോ ഒന്നിലധികം മരണമുണ്ടാകുന്നതാണ്.

ശാന്തിമന്ത്രം

ഒരുവൻ സമാധാനചിത്തനായി 'ഓം ശാന്തി ശാന്തി ശാന്തിഃ' എന്നു നാമോച്ചാരണത്തോടുകൂടി നിർവ്വികാരനായി ജീവിക്കുന്നതായി സ്വപ്നം കണ്ടാൽ അവൻ ജനനമരണാദ്യാവസ്ഥകൾക്ക് അതീതമായ അവസ്ഥയെ പ്രാപിക്കുന്നതാണ്.

ശിഖരം

ഇലകളോ പൂക്കളോ കായ്കളോ ഉള്ള വൃക്ഷശിഖരം സ്വപ്നം കണ്ടാൽ അയാളുടെ ഭാവി സുഖസമൃദ്ധമായിരിക്കും. ഒന്നുമില്ലാത്ത ശിഖരമാണെങ്കിൽ ദാരിദ്ര്യദുഃഖത്തെയും കാണിക്കുന്നു.

ശിരച്ഛേദം

തന്റെ ശിരസ്സ് ആരോ വെട്ടിമുറിച്ചതായി സ്വപ്നദർശനമുണ്ടായാൽ അവനറിയാതെ തന്നെ അവനു വലിയ ആപത്തുണ്ടാകുന്നതാണ്.

ശില്പി

1. തച്ചന്മാർ പണി ചെയ്യുന്നതായി സ്വപ്നം കണ്ടാൽ ജീവിതത്തിലെ പലവിധ സുഖഭോഗങ്ങൾ അത്യധികം അനുഭവിക്കാനിടയാകും.

2. തച്ചുശാസ്ത്രജ്ഞന്റെ ജോലികൾ പഠിക്കുന്നതായിട്ടാണ് കണ്ടതെങ്കിൽ ഭാവിയിലെ സാമ്പത്തികനേട്ടത്തെ സൂചിപ്പിക്കുന്നു.

ശിശു

1. മാതാവിന്റെ എളിയിൽ ഇരിക്കുന്ന ശിശുവിനെ സ്വപ്നം കണ്ടാൽ നിങ്ങളുടെ പ്രവർത്തനമാർഗ്ഗങ്ങൾ തുറന്നുകിട്ടുകയും തടസ്സങ്ങളും കഷ്ടതകളും മാറിക്കിട്ടുകയും ചെയ്യും.

2. തൊട്ടിലിൽ കിടക്കുന്ന ശിശുവിനെ സ്വപ്നം കണ്ടാൽ ഉദ്ദേശ്യങ്ങൾ വിജയകരമായി നടക്കും.

3. ശിശുവിനെ താൻ എടുത്തിരിക്കുന്നതായ സ്വപ്നം ഭാഗ്യകാലസൂചകമാണ്.

4. പുതുതായി ജനിച്ച ശിശുവിനെ സ്വപ്നം കണ്ടാൽ ഏറ്റവും ആദായകരവും വിജയകരവും ആയ എന്തെങ്കിലും പുതിയ വ്യാപാരം

ആരംഭിക്കും.

5. കളിക്കുന്ന ശിശുവിനെ കണ്ടാൽ അപ്രതീക്ഷിതമായ ശുഭവാർത്ത കേൾക്കാനിടയാകും.

6. ഉറങ്ങുന്ന ശിശുവിനെ കണ്ടാൽ പ്രേമജയമോ കച്ചവടലാഭമോ ഉണ്ടാകും.

7. ശിശുവിനെ ശുശ്രൂഷിക്കുന്നതായി കണ്ടാൽ ജീവിതമാർഗ്ഗങ്ങൾ അഭിവൃദ്ധിപ്പെടും.

8. രോഗിയായ ശിശുവിനെ കണ്ടാൽ ഗൃഹച്ഛിദ്രം, ജോലിയിൽ നിരാശ, പൊതുവെ കഷ്ടപ്പാടുകൾ എന്നിവയുണ്ടാകും.

9. മനപ്പൂർവ്വമായി ഒരു ശിശുവിനെ ഉപദ്രവിക്കുന്നതായ സ്വപ്നം നിങ്ങളുടെ സർവ്വസംരംഭങ്ങളും പരാജയമടയാൻ കാരണമാകും.

ശിശുജനനം

ഉത്രാടം നാളിൽ നിങ്ങൾക്ക് ഒരു കുട്ടി ഉണ്ടായതായി സ്വപ്നം കണ്ടാൽ താമസമെന്യേ ഒരു ശിശുജനിക്കുമെന്നും ആ ശിശു ഭാഗ്യവാനായിരിക്കുമെന്നും അറിയുക.

ശുദ്ധജലം

ശുദ്ധജലതടാകങ്ങളോ നദികളോ നീർച്ചാലുകളോ കിണറുകളോ സ്വപ്നം കണ്ടാൽ ഉദ്ദിഷ്ടകാര്യങ്ങൾ വിജയകരമായി സാധിക്കയും ദേഹാരോഗ്യവും ധനസമൃദ്ധിയും ഉണ്ടാക്കുകയും ചെയ്യും. അശുദ്ധജലമായിരുന്നാൽ ഫലം വിപരീതവുമാകുന്നു.

ശൂദ്രൻ

ശൂദ്രനെ സ്വപ്നം കണ്ടാൽ സൗഖ്യത്തെ സൂചിപ്പിക്കുന്നു. ആശൗചസാദ്ധ്യായങ്ങൾ ഒന്നുമില്ലാത്തവനെയാണ് ശൂദ്രശബ്ദംകൊണ്ട് വ്യവഹരിക്കുന്നത്.

ശൂലം

ശൂലത്തെ സ്വപ്നം കണ്ടാൽ ഒരു വലിയ ബഹുമാനം സിദ്ധിക്കും.

ശ്വാസം

ശ്വാസം അണയ്ക്കുന്നതായും വീർപ്പുമുട്ടുന്നതായും സ്വപ്നം കണ്ടാൽ പ്രായാധിക്യം നിമിത്തം ആപത്തുണ്ടാകുന്നതാണ്.

ഷർട്ട്

1. പുതിയ ഷർട്ടു സ്വപ്നം കണ്ടാൽ വ്യാപാരാഭിവൃദ്ധിയുണ്ടാകും.

2. അഴുക്കു ഷർട്ടു കണ്ടാൽ കുടുംബകലഹമുണ്ടാകും.

3. ഷർട്ടു നഷ്ടപ്പെട്ടതായി കണ്ടാൽ വലിയ വ്യാപാരനഷ്ടം ഉണ്ടാകുന്നതാണ്.

ഷാൾ

ഷാൾ സ്വപ്നം കണ്ടാൽ സന്തോഷവാർത്ത കേൾക്കാനിടയാകും.

സങ്കടം

താൻ സങ്കടം അനുഭവിക്കുന്നതായി സ്വപ്നം കണ്ടാൽ താമസിയാതെ സന്തോഷമുണ്ടാകും.

സങ്കരജാതി

ദുഃഖാനുഭവമാണ് സങ്കരജാതിയെ സ്വപ്നം കണ്ടാലുള്ളത്.

സഞ്ചി

തുണികൊണ്ടുള്ള സഞ്ചി സ്വപ്നം കണ്ടാൽ വ്യാപാരലാഭത്തെയും കടലാസുകൊണ്ടുള്ള സഞ്ചി ഗൃഹത്തിലുണ്ടാകുന്ന കാഴ്ചകളിൽനിന്നുള്ള വിടുതലിനെയും പട്ടുസഞ്ചി അന്യരെ ആപത്തിൽനിന്നും രക്ഷിക്കുന്നതിനെയും തുകൽസഞ്ചി കച്ചവടത്തിനും വിനോദത്തിനുള്ള യാത്രയെയും സൂചിപ്പിക്കുന്നതാണ്.

സംഗീതോപകരണങ്ങൾ

1. ഫിഡിൽ, വീണ മുതലായ സംഗീതോപകരണങ്ങൾ ഉപയോഗിച്ച് പാടിക്കൊണ്ടിരിക്കുന്നതായി സ്വപ്നം കണ്ടാൽ വിവാഹാദി ശുഭകർമ്മങ്ങൾ ഉടനെ നടക്കുന്നതാണ്.

2. എന്തെങ്കിലും സംഗീതദ്ധ്വനി കേൾക്കുന്നതായി സ്വപ്നം കണ്ടാൽ യാതൊരു ആഗ്രഹങ്ങളും സഫലീഭവിക്കയില്ല.

3. സംഗീതപാഠശാലയിൽ നിന്നും സംഗീതം കേൾക്കുന്നതായി കാണുന്ന സ്വപ്നം ഉന്നതമായ ജോലി ലഭിക്കുമെന്നുള്ളതാകുന്നു.

4. കേടുപറ്റിയ സംഗീതോപകരണം വായിക്കുന്നതായി കേട്ടാൽ കുടുംബകലഹം മൂലം ജീവിതത്തിന് കഷ്ടത നേരിടും.

സംഭരണശാല

സുഖവും ധനവും ലഭിക്കുന്നതിന്റെ ലക്ഷണമാണ് സംഭരണശാല സ്വപ്നം കാണുന്നത്.

സംസാരം

1. വിരോധികളോട് താൻ സംസാരിച്ചുവെന്നോ കലഹിച്ചുവെന്നോ സ്വപ്നം കണ്ടാൽ കഷ്ടാവസ്ഥയുണ്ടാകുന്നതാണ്.

2. മരിച്ചുപോയവരുമായി സംസാരിച്ചുവെന്നു കാണുന്ന സ്വപ്നം താൻ പ്രസിദ്ധനും കീർത്തിവാനും ആയിത്തീരുമെന്നതിന്റെ സൂചനയാണ്.

സത്രം

1. സത്രങ്ങളെപ്പറ്റിയുള്ള സ്വപ്നം സൗഭാഗ്യസൂചകമാണ്. ശരീരമ

നസ്സുകൾക്കു സുഖവും സന്തുഷ്ടിയുമുണ്ടാകും.

2. താൻ ഒരു സത്രത്തിൽ ഇരിക്കുന്നുവെന്നു സ്വപ്നമുണ്ടായാൽ ദാരിദ്ര്യവും കാര്യവിഘ്നവും ഉണ്ടാകുന്നതാണ്. തടവിൽ പോകാനും ഇടവരാം. രോഗികൾ ഈ സ്വപ്നം കണ്ടാൽ രോഗം ഭേദമാവുകയില്ല.

സദ്യ

1. വരാൻപോകുന്ന നല്ല കാര്യങ്ങളുടെ സൂചനയാണ് സദ്യയെപ്പറ്റി കാണുന്ന സ്വപ്നം.

2. സദ്യയിൽ താൻ പങ്കുകൊള്ളുന്നതായി കണ്ടാൽ പരിശ്രമങ്ങളെല്ലാം സഫലമായി ഭവിക്കും.

സന്യാസി

സന്യാസിയെ സ്വപ്നം കണ്ടാൽ ഒരു ഭാഗ്യം വന്നുചേരുന്നുണ്ടെന്ന് അറിയുക. ഈശ്വരാധീനവും ഉന്നതിയുമുണ്ടാകും.

സർക്കീട്ട്

താൻ കോളേജ് വിദ്യാർത്ഥികളുമായി ഒരു വണ്ടിയിൽ സർക്കീട്ട് ചെയ്യുന്നതായും വണ്ടി മറിഞ്ഞതായും ഉടനെ മരിച്ചതായും സ്വപ്നം കണ്ടാൽ ആ കൊല്ലം പരീക്ഷയിൽ ജയിക്കയില്ലെന്നും മാനഹാനി സംഭവിക്കുമെന്നും അറിയുക.

സർപ്പം

താൻ കിടന്നുറങ്ങുന്ന വിരിപ്പിൽ ഒരു സർപ്പം വന്നു പത്തിവിരുത്തി ആടുന്നതായി സ്വപ്നം കണ്ടാൽ ദൈവകോപമുള്ളതായി അറിയുക. അതിനു പ്രതിവിധിയായി നിങ്ങൾക്കു വിശ്വാസമുള്ള ദേവാലയത്തിൽ പോയി വിശേഷാൽ പ്രാർത്ഥനകളോ വഴിപാടുകളോ നടത്തുകയും പത്തു ഭിക്ഷുക്കൾക്കു യഥാശക്തി ദാനധർമ്മങ്ങൾ നടത്തുകയും ചെയ്യുക.

സവാരി

1. താൻ കുതിരസവാരി ചെയ്യുന്നതായി സ്വപ്നം കണ്ടാൽ വ്യാപാരത്തിൽ ആദായവും വിജയവും ഉണ്ടാകുന്നതാണ്.

2. ഒരു പുരുഷൻ മറ്റൊരു പുരുഷനോടു കൂടി സവാരി ചെയ്യുന്നതായി കണ്ടാൽ അപവാദവും എതിർപ്പും ഉണ്ടാകും.

3. പുരുഷൻ സ്ത്രീയോടും സ്ത്രീ പുരുഷനോടും ചേർന്നു സവാരി ചെയ്യുന്നതായി കണ്ടാൽ ദാമ്പത്യബന്ധം ആനന്ദസന്ദായകമായിരിക്കും.

സമുദ്രം

1. സമുദ്രത്തെ സ്വപ്നം കണ്ടാൽ വ്യാപാരത്തിനും വിനോദത്തിനുമായി ദേശസഞ്ചാരം ചെയ്യുന്നതാണ്.

2. സമുദ്രത്തിലേക്ക് താൻ പോയ്ക്കൊണ്ടിരിക്കുന്നതായി സ്വപ്നം കണ്ടാൽ ധനലാഭമുണ്ടാകും.

സമുദ്രജലം

സമുദ്രജലത്തെ സ്വപ്നം കണ്ടാൽ കുടുംബജീവിതം സുഖപ്രദമായിരിക്കുന്നതാണ്.

സമുദ്രതീരം

അഭിവൃദ്ധിയുണ്ടാകുന്നതിന്റെ ലക്ഷണമാണ് സമുദ്രതീരത്തെ സ്വപ്നം കാണുന്നത്.

സമുദ്രസഞ്ചാരം

1. താൻ സമുദ്രസഞ്ചാരം ചെയ്യുന്നതായി സ്വപ്നം കണ്ടാൽ വലിയ ഉദ്യോഗങ്ങൾ ലഭിക്കും.

2. കപ്പലിൽ കയറിപ്പോകുന്നതായിട്ടാണെങ്കിൽ ദൂരദേശയാത്രയ്ക്കിടയാകും.

സമ്മാനം

1. താൻ സമ്മാനം കൊടുക്കുന്നതായി സ്വപ്നം കണ്ടാൽ സ്നേഹിതന്മാരിൽനിന്നും ബന്ധുമിത്രാദികളിൽനിന്നും വളരെ സമ്മാനങ്ങൾ കിട്ടും.

2. നിങ്ങൾ സമ്മാനങ്ങൾ സ്വീകരിക്കുന്നതായിട്ടാണ് സ്വപ്നമെങ്കിൽ അഭിവൃദ്ധിയും ആരോഗ്യവും ഉണ്ടാകും.

3. രാജാവിൽനിന്നും സമ്മാനം ലഭിച്ചതായി കണ്ടാൽ ജനപ്രതിനിധിയായി പ്രസിദ്ധിനേടും.

സസ്യധാന്യാദികൾ

തന്റെ നിലത്തിൽ സസ്യധാന്യാദികൾ തഴച്ചുവളർന്ന് പച്ചയായിരിക്കുന്നവിധം സ്വപ്നം കണ്ടാൽ അളവറ്റ ദ്രവ്യം ലഭിക്കുന്നതാണ്.

സസ്യഭക്ഷണം

സസ്യഭക്ഷണം കഴിക്കുന്നതായി സ്വപ്നം കണ്ടാൽ അത് ഭാഗ്യകരമാണ്.

സാമാനം

കടയിൽപോയി സാമാനം വാങ്ങുന്നതായി സ്വപ്നം കണ്ടാൽ പലവിധത്തിലുള്ള സന്തോഷവും കുടുംബസുഖവുമുണ്ടാകും.

സിംഹം

1. വനത്തിലുള്ള സിംഹത്തെ സ്വപ്നം കണ്ടാൽ തന്റെ സമുദായത്തിലോ വ്യാപാരലോകത്തിലോ തനിക്കു ഉൽക്കർഷവും യശസ്സുമുണ്ടാകും.

2. കാഴ്ചബംഗ്ലാവിലോ സർക്കസു കമ്പനിക്കാർ കൂട്ടിൽ അടച്ചിട്ടിരിക്കുന്നതോ ആയ സിംഹത്തെ കണ്ടാൽ സമൂഹത്തിലും വ്യാപാരകാര്യത്തിലും പ്രണയക്കാര്യത്തിലും വിജയമുണ്ടാകും.

സിംഹിക

ഒരു പെൺസിംഹത്തെ സ്വപ്നം കണ്ടാൽ സർവവലക്ഷണയുക്തയായ ഒരു തരുണിയെ കളത്രമായി ലഭിക്കും.

സിനിമ

സിനിമ കണ്ടുകൊണ്ടിരിക്കുന്നതായി സ്വപ്നം കണ്ടാൽ കലഹവും മനനഷ്ടവും ഉണ്ടാകും.

സിമിത്തേരി

ശവക്കോട്ട സ്വപ്നം കണ്ടാൽ ദീർഘായുഷ്മാനായിത്തീരും.

സുഖക്കേട്

തനിക്കു സുഖക്കേടാണെന്നു സ്വപ്നം കണ്ടാൽ ആരോഗ്യവും സുഖവും സന്തോഷവും ഉണ്ടാകുന്നതാണ്.

സുഖഭോഗം

താൻ സുഖഭോഗങ്ങൾ അനുഭവിക്കുന്നുവെന്ന് സ്വപ്നം കണ്ടാൽ ഒന്നുരണ്ടു കൊല്ലക്കാലം ദാരിദ്ര്യവും പട്ടിണിയും കഷ്ടപ്പാടുകളും ഉണ്ടാകുന്നതാണ്.

സുഗന്ധം

സുഗന്ധം അനുഭവിക്കുന്നതായി കാണുന്ന സ്വപ്നം തന്റെ വിഷമപ്രശ്നങ്ങൾക്ക് പരിഹാരമുണ്ടാകയും പ്രേമം സഫലീകരിക്കുകയും ചെയ്യുന്നതിന്റെ ലക്ഷണമാണ്. നേരെമറിച്ച് ദുർഗന്ധമാണെങ്കിൽ എല്ലാ കാര്യങ്ങളിലും പരാജയമടയും.

സുഗന്ധകുസുമങ്ങൾ

സുഗന്ധകുസുമങ്ങളെ കണ്ടതായോ, അതു പറിച്ചെടുത്തതായോ മണപ്പിച്ചതായോ കാണുന്ന സ്വപ്നം സന്താനപ്രാപ്തിയെയും സൽകീർത്തിയെയും ഉണ്ടാകുന്നതാണ്.

സുഗന്ധദ്രവ്യം

സുഗന്ധദ്രവ്യങ്ങളെ കാണുകയോ മണപ്പിക്കുകയോ ചെയ്യുന്നതായ

സ്വപ്നം കുടുംബത്തിൽ രോഗമുക്തിയും സുഖവും സംതൃപ്തിയും ഉത്തമബന്ധുക്കളും ഉണ്ടാക്കുന്നതാണ്.

സുഗന്ധധൂപം

1. കുന്തിരിക്കം, സാമ്പ്രാണി മുതലായ സുഗന്ധദ്രവ്യങ്ങൾ ഇട്ടു പുകയ്ക്കുന്നതായി കാണപ്പെടുന്ന സ്വപ്നം തനിക്ക് പ്രണയസംബന്ധമായി ദീർഘകാലത്തെ സുഖവും സന്തോഷവും ഉണ്ടാകുന്നതാണെന്ന് ഫലം. ശുഭവാർത്തകൾ കേൾക്കാനും ഇടയാകും.

2. സുഗന്ധദ്രവ്യങ്ങളുടെ ഗന്ധം ആസ്വദിക്കുന്നതായ സ്വപ്നം കണ്ടാൽ പല സ്ഥലത്തും തനിക്കു വിജയസാദ്ധ്യതയുണ്ടാകുമെന്നറിയുക.

സുന്ദരി

1. സുന്ദരിയായ ഒരു സ്ത്രീയെ സ്വപ്നം കണ്ടാൽ തന്റെ പ്രേമഭാജനം എല്ലാവിധത്തിലും അനുകൂലമായിരിക്കും.

2. തന്റെ ഭാര്യ സുന്ദരിയാണെന്ന് കാണുന്ന സ്വപ്നം ഗൃഹത്തിൽ സ്നേഹിതന്മാരും സന്താനങ്ങളും വിശിഷ്ടവസ്ത്രങ്ങളും ഉണ്ടാകുമെന്നുള്ളതാകുന്നു.

3. ഒരു സുന്ദരി തന്റെ അടുത്തിരുന്ന് പാട്ടുപാടി കളിച്ചിചിരിച്ചു രസിക്കുന്നതായി സ്വപ്നം കണ്ടാൽ അടുത്ത അവസരത്തിൽ ഒരു സ്ത്രീയിൽനിന്നും വഞ്ചന അനുഭവിക്കേണ്ടതായി വരും.

4. തന്റെ മുമ്പിൽക്കൂടി സുന്ദരിയായ ഒരു സ്ത്രീ ശുഭ്രവസ്ത്രാഭരണധാരിയായി നടക്കുന്നത് സ്വപ്നം കണ്ടാൽ താൻ ഉടനെ വിവാഹിതനാകുന്നതും ഒരു വലിയ സ്വത്തിന് അവകാശിയായിത്തീരുന്നതുമാണ്.

5. താൻ സുന്ദരിയാണെന്നു ഒരു സ്ത്രീ സ്വപ്നം കണ്ടാൽ അവൾക്ക് അനവധി ആരാധകന്മാരും കാമുകന്മാരും ഉണ്ടാകും.

സൂചി

സൂചിയെ തനിച്ചോ തയ്ക്കുന്നതായോ സ്വപ്നം കണ്ടാൽ സ്വപ്രയത്നത്താൽ ആഭരണാദിവസ്തുവകകൾ സമ്പാദിക്കുമെന്നും സന്തോഷാനന്ദാദി സംതൃപ്തിയുണ്ടാകുമെന്നും അറിയുക.

സൂപ്പ്

സൂപ്പ് കുടിക്കുന്നതായി കാണുന്ന സ്വപ്നം ശമ്പളവർദ്ധനയും സർവ്വപ്രവർത്തനങ്ങളിലും വിജയവും സിദ്ധിക്കുമെന്ന് കാണിക്കുന്നു.

സൂര്യൻ

1. സൂര്യൻ സമുദ്രത്തിൽനിന്നും ആകാശത്തിലേക്ക് ഉയരുന്നതായോ പ്രഭാതത്തിൽ ഉദിച്ചുയരുന്നതായോ അല്പാല്പമായി മേലോട്ട് ഉയർന്നുപോകുന്നതായോ സ്വപ്നം കണ്ടാൽ സർവ്വസിദ്ധിയും ബന്ധുക്ഷേമവും ഫലം.

2. സൂര്യൻ ആകാശമദ്ധ്യസ്ഥനായി -മദ്ധ്യാഹ്നസൂര്യനായി - സ്വപ്നം കണ്ടാൽ ദ്രവ്യലാഭവും ഉദ്ദേശ്യാഭിവൃദ്ധിയും ഫലം. ഈ സ്വപ്നം രോഗി കണ്ടാൽ രോഗം വേഗത്തിൽ ശമിക്കും. തടവുപുള്ളി കണ്ടാൽ തടവിൽനിന്ന് മോചനം കിട്ടും. ദരിദ്രന്മാർ കണ്ടാൽ ധനവും സുഖവും ഉണ്ടാകും.

3. സൂര്യൻ മേഘങ്ങൾക്കുള്ളിൽ മറഞ്ഞതായി സ്വപ്നം കാണുന്നതായാൽ തനിക്ക് ആപത്തുകൾ തുടരെ വരാനിരിക്കുന്നതായി അറിയണം.

4. സൂര്യൻ ആകാശത്തിൽനിന്നും തന്റെനേരെ ഇറങ്ങി വരുന്നതായി സ്വപ്നം കണ്ടാൽ ഗൃഹത്തിന് അഗ്നിബാധയുണ്ടാകും.

5. സൂര്യനെ മേഘച്ഛന്നനായിട്ടോ മേഘാവരണത്തിൽനിന്നും വെളിയിൽ വരുന്നതായിട്ടോ കുറ്റവാളിയായ ഒരുവൻ സ്വപ്നം കണ്ടാൽ ആ കുറ്റം അയാളിൽനിന്നും നീങ്ങിപ്പോകും.

സൂര്യഗ്രഹണം

സൂര്യഗ്രഹണത്തെ സ്വപ്നം കണ്ടാൽ ആ രാജ്യത്തെ രാജ്യാധിപന് ഹാനിയുണ്ടാകും.

സൂര്യചന്ദ്രന്മാർ

1. സൂര്യനെയും ചന്ദ്രനെയും സ്വപ്നം കണ്ടാൽ ഒരുവൻ ഐശ്വര്യസിദ്ധികൊണ്ട് വലിയ ധർമ്മിഷ്ഠനായിത്തീരും.

2. സൂര്യനോ ചന്ദ്രനോ ഭൂമിയിലേക്ക് പതിക്കുന്നതായി കണ്ടാൽ നേത്രരോഗം പിടിപെടും.

സൂര്യബിംബം

1. സൂര്യബിംബം ഏതാനും ഭാഗമോ മുഴുവൻ ഭാഗമോ കിരണങ്ങളല്ലാതെയിരിക്കുന്നതായി സ്വപ്നം കണ്ടാൽ തനിക്കാപത്ത്, ബന്ധുമരണം മുതലായ അനിഷ്ടസംഭവങ്ങളുണ്ടാകും.

2. ഗർഭിണിയായ സ്ത്രീ സൂര്യബിംബത്തെ മറവുള്ളതായി സ്വപ്നം കണ്ടാൽ സ്വന്തം കുലത്തെ ഉദ്ധരിക്കുന്ന പുത്രനെ പ്രസവിക്കും.

3. സൂര്യബിംബത്തിനുചുറ്റും ചെമപ്പുനിറം വീശിയിരിക്കുന്നതായി സ്വപ്നം കണ്ടാൽ കണ്ണിന് കാഴ്ചക്കുറവ്, ഉദ്ദിഷ്ടകാര്യങ്ങൾക്കു

വിഘ്നം മുതലായ അനിഷ്ടഫലങ്ങൾ ഉണ്ടാകുന്നതാണ്.

സൂര്യരശ്മി

1. സൂര്യരശ്മി താൻ കിടക്കുന്ന കിടക്കയിൽ വന്നുതട്ടുന്നതായി സ്വപ്നം കണ്ടാൽ രോഗപീഢയുണ്ടാകും.

2. സൂര്യരശ്മി തന്റെ, ശയനമുറിയിൽ മുഴുവൻ വ്യാപിച്ചിരിക്കുന്നതായിട്ടുള്ള സ്വപ്നം രോഗപീഡയെ ഉണ്ടാക്കുന്നതാണ്.

സൂര്യാസ്തമനം

1. സൂര്യൻ അസ്തമിക്കുന്നതായി സ്ത്രീകൾ സ്വപ്നം കണ്ടാൽ അവൾക്ക് പെൺകുഞ്ഞുണ്ടാകുന്നതാണ്.

2. സൂര്യാസ്തമന സമയത്ത് ആകാശം മേഘാവൃതമായിത്തീരുകയും ദുഷ്ടമൃഗനിഷേവിതമായ ഒരു വനത്തിൽക്കൂടി ഭയവിഹ്വലനായി നടക്കുന്നത് സ്വപ്നം കണ്ടാൽ അടുത്ത സമയത്ത് ഒരു വലിയ ആപത്തും ധനനാശവും ഉണ്ടാകുന്നതാണ്. ഒരു സ്ത്രീയാണ് ഈ സ്വപ്നം കാണുന്നതെങ്കിൽ ഒരു മാസത്തിനകം തന്റെ ഭർത്താവിന് മരണം സംഭവിക്കും. രോഗിയാണ് ഈ സ്വപ്നം കാണുന്നതെങ്കിൽ രോഗം വർദ്ധിച്ചു മരിച്ചുപോകും.

സൂര്യോദയം

സൂര്യോദയത്തെ സ്വപ്നം കണ്ടാൽ അവന് ഒരുവർഷത്തിനകം ധനം പെരുകുന്നതാണ്. വിദ്യാർത്ഥി കണ്ടാൽ അവൻ വിജയിയാകും. രോഗി കണ്ടാൽ രോഗംവേഗത്തിൽ സുഖപ്പെടും. കന്യക കണ്ടാൽ അവളുടെ വിവാഹം വേഗത്തിൽ നടക്കും. സന്താനലബ്ധിയുണ്ടാകുകയും ചെയ്യും.

സെയ്ഫ്റ്റി പിൻ

സെയ്ഫ്റ്റി പിൻ സ്വപ്നം കണ്ടാൽ അടുത്ത അവസരത്തിൽ പല വിരുന്നു സൽക്കാരങ്ങളിലും പങ്കെടുത്തു സന്തോഷിക്കാനിടയാകും.

സെൻസസ്

ജനസംഖ്യ എടുക്കുന്നതായി സ്വപ്നം കണ്ടാൽ സന്താനവർദ്ധനയുണ്ടാകും.

സൈക്കിൾ

1. സൈക്കിൾ സ്വപ്നം കണ്ടാൽ യാതൊരു പ്രയോജനവും ലാഭവും കിട്ടാത്ത പ്രയാസകരമായ പ്രവർത്തനങ്ങളിൽ ഇടപെടേണ്ടിവരും.

2. കുന്നിൻമുകളിലേക്ക് സൈക്കിൾ ഓടിക്കുന്നതായി കണ്ടാൽ ഗാർഹികവും വിപരീതവും ആയ വിഷമതകളിൽനിന്നു മോചനം

നേടും. താഴോട്ട് ഓടിക്കുന്നതായി കണ്ടാൽ സുഖസമൃദ്ധിയുണ്ടാകും.

സോപ്പ്

കഷ്ടകാലത്തിന്റെ സൂചനയാണ് സോപ്പിനെ സ്വപ്നം കാണുന്നത്.

സ്രാവ്

സ്രാവിനെ സ്വപ്നം കണ്ടാൽ വ്യാപാരത്തിൽ ലാഭവും ആരോഗ്യവർദ്ധനവും ഉണ്ടാകുന്നതാണ്.

സ്വന്തനിലം

1. സ്വന്തനിലം വളരെ ദൂരത്തിലേക്കു വ്യാപിച്ചുകിടക്കുന്നതായി സ്വപ്നം കണ്ടാൽ മനസന്തോഷത്തിനുള്ള കാരണങ്ങൾ ഉണ്ടാകുകയും ദ്രവ്യലാഭമുണ്ടാകുകയും ചെയ്യും.

2. കറുത്ത നിറത്തിൽ സ്വന്തനിലം കിടക്കുന്നതായി കണ്ടാൽ കഷ്ടനഷ്ടങ്ങൾ സംഭവിക്കുന്നതാണ്.

സ്വർഗ്ഗലോകം

സ്വർഗ്ഗലോകം സ്വപ്നം കണ്ടാൽ വലിയ ബഹുമതിയും സൗഭാഗ്യവും സിദ്ധിക്കും.

സ്വർണ്ണം

1. സ്വർണ്ണം സ്വപ്നം കണ്ടാൽ ധാരാളം ധനവും സുഖഭോഗങ്ങളും ഉണ്ടാകും.

2. സ്വർണ്ണത്തെ താൻ വീശിയെറിഞ്ഞതായി സ്വപ്നം കണ്ടാൽ തന്റെ ഗൃഹത്തിൽനിന്നും കളവുപോകും.

സ്വർണ്ണനാണ്യം

1. സ്വർണ്ണനാണയങ്ങളെ കണ്ടതായി സ്വപ്നദർശനമുണ്ടായാൽ ശുഭവും കാര്യസിദ്ധിയും ഉണ്ടാകും.

2. അന്യർക്കു സ്വർണ്ണനാണയം സമ്മാനിച്ചതായി കണ്ടാൽ തനിക്ക് സ്നേഹിതന്മാർ വർദ്ധിച്ചുവരും.

സ്വർണ്ണമാല

തന്റെ കഴുത്തിൽ സ്വർണ്ണമാല അണിഞ്ഞതായി സ്വപ്നം കണ്ടാൽ കാര്യസിദ്ധിയുണ്ടാകും.

സ്വർണ്ണവള

തനിക്ക് ഒരു സ്വർണ്ണവള സമ്മാനമായി കിട്ടിയെന്നു സ്വപ്നം കണ്ടാൽ ദൂരദേശത്തുനിന്നും കുറേയേറെ ധനം തനിക്കു വന്നുചേരുന്നതാണ്.

സ്ത്രീ

1. സ്ത്രീ നാടകാഭിനയം ചെയ്യുന്നതായി സ്വപ്നം കണ്ടാൽ അടുത്തുതന്നെ ഒരു പുത്രനുണ്ടാകുന്നതാണ്.

2. ഒരു സ്ത്രീയെ പിടിച്ചുവലിച്ചുകൊണ്ടുപോകുന്നതായി കണ്ടാൽ ആപത്സൂചകവും മറ്റൊരാൾ അപ്പോൾ പിൻതുടരുന്നതായി കണ്ടാൽ ധനലാഭവും ഫലം.

3. ഒരു യുവതിയോ വിധവയോ കറുത്ത വസ്ത്രധാരിണിയായി കണ്ടാൽ വ്യസനവും ചെമന്ന വസ്ത്രധാരിണിയായി കണ്ടാൽ ശത്രുവർദ്ധനയും ഫലം.

സ്ഥാനമാനം

തനിക്ക് സ്ഥാനമാനം ലഭിച്ചതായി സ്വപ്നം കണ്ടാൽ ഉന്നതപദവിയാണ് ഫലം.

സ്നാനം

താൻ കുളിക്കുന്നായി സ്വപ്നം കണ്ടാൽ അടുത്ത കാലത്തെങ്ങും രോഗം ഉണ്ടാകയില്ലെന്നറിയണം.

സ്റ്റൗ

ചൂടുപിടിച്ച സ്റ്റൗ സ്വപ്നം കണ്ടാൽ ധാരാളം ധനം ലഭിക്കയും സർവ്വകാര്യങ്ങളും സഫലീകരിക്കുകയും ചെയ്യും. തണുത്ത സ്റ്റൗ നിരാശയെ സൂചിപ്പിക്കുന്നു.

സ്നേഹിതൻ

1. സ്നേഹിതന്മാരെ സ്വപ്നം കാണുന്നത് ശുഭസൂചകമാണ്.

2. സ്നേഹിതന്മാരുണ്ടെന്ന് സ്വപ്നം കണ്ടാൽ യഥാർത്ഥമായ സ്നേഹിതജനമുണ്ടാകും.

3. നിങ്ങൾ സ്നേഹിതനോ സ്നേഹിതൻ നിങ്ങൾക്കോ വല്ല സഹായവും ചെയ്തതായി കണ്ടാൽ നിങ്ങൾക്ക് സ്നേഹിതന്മാരിൽ നിന്നു വിവിധ സഹായങ്ങളും ഉണ്ടാകും.

സ്തോത്രം ചൊല്ലുക

പാതിരിമാരും കന്യാസ്ത്രീകളും ഒത്തുചേർന്നു സ്തോത്രം ചൊല്ലുകയും പ്രാർത്ഥനകൾ നടത്തുകയും ചെയ്യുന്നതായി സ്വപ്നം കണ്ടാൽ ആ രാജ്യത്തു വലിയ കൊടുങ്കാറ്റ് അടിക്കുകയും നാശനഷ്ടങ്ങൾ ഉണ്ടാകുകയും ചെയ്യും.

സ്മാരകം

എന്തെങ്കിലും സ്മാരകത്തെപ്പറ്റി സ്വപ്നം കണ്ടാൽ സന്തോഷകരമായ സംഭവങ്ങൾ ലഭിക്കയും ചെയ്യും.

ഹനുമാൻ

ഹനുമാനെ സ്വപ്നം കണ്ടാൽ അത്യന്തം ശുഭമാണ്. ബാലിസുഗ്രീവന്മാരെ കാണുകയാണെങ്കിൽ ബന്ധുദർശനമുണ്ടാകും.

ഹ്രസ്വകായൻ

ഉയരം കുറഞ്ഞവനായ ഒരുവനെ സ്വപ്നം കണ്ടാൽ ദുഃഖവാർത്തകൾ കേൾപ്പാനിടയാകും.

റയിൽവെ

റെയിൽവേ ലൈനിൽക്കൂടി നടക്കുന്നതായി സ്വപ്നം കണ്ടാൽ സുഖജീവിതമുണ്ടാകും.

റവ

റവ സ്വപ്നം കണ്ടാൽ സുഖകരമായ ഭക്ഷണം ലഭിക്കുന്നതാണ്.

റാണി

റാണിയെ സ്വപ്നം കണ്ടാൽ വിദേശസഞ്ചാരത്തിനിടയാകുന്നതും ധാരാളം ധനം സമ്പാദ്യമായുണ്ടാകുന്നതുമാണ്.

റിബ്ബൺ

റിബ്ബൺ വാങ്ങിക്കുന്നതായി സ്വപ്നം കണ്ടാൽ മൂലധനമുടക്കിൽനിന്നും വലിയ ആദായം ലഭിക്കുന്നതാണ്.

റോഡ്

1. ഒരു റോഡ് നിങ്ങളുടെ മുമ്പിൽ നീളത്തിൽ നീണ്ടുകിടക്കുന്നതായി സ്വപ്നം കണ്ടാൽ ഭാവിയിൽ സൗഹാർദ്ദവും സ്നേഹവും നിറഞ്ഞ കുടുംബജീവിതം ഉണ്ടാകും.

2. നിലാവെളിച്ചത്തിൽ ഗ്രാമത്തിലുള്ള റോഡ് സ്വപ്നം കണ്ടാൽ നിങ്ങളുടെ കാമുകന്റെയോ കാമുകിയുടെയോ ഹൃദയംഗമമായ സ്നേഹം ലഭിക്കും.

റോസാപ്പൂവ്

റോസാപ്പൂക്കൾ സ്വപ്നം കണ്ടാൽ നവദമ്പതികൾക്കും കാമുകീകാമുകന്മാർക്കും വിവാഹാലോചനയിൽപ്പെട്ടിരിക്കുന്നവർക്കും സൗഭാഗ്യവും കാര്യലാഭവും ഉണ്ടാകും.

www.ingramcontent.com/pod-product-compliance
Lightning Source LLC
LaVergne TN
LVHW060120051026
849517LV00007B/2348
* 9 7 8 9 3 9 4 4 7 2 4 1 9 *